AF518920

മഹാഭാരതകഥകളും പാക്കനാരും

mahabharatha kadhakalum pakkanarum

•

rajan thiruvoth

•

first edition
october 2012

•

typesetting
nakshathra graphotech, poojappura

•

published
chintha publishers, thiruvananthapuram

•

printed
anaswara offset pvt ltd

•

cover
ambeesh

വിതരണം

ദേശാഭിമാനി ബുക്ക് ഹൗസ്

H O തിരുവനന്തപുരം–695 035
www.chinthapublishers.com
chinthapublishers@gmail.com

ബ്രാഞ്ചുകൾ

ഹെഡ്ഡാഫീസ് കുന്നുകുഴി • ഓവർബ്രിഡ്ജ് തിരുവനന്തപുരം • കെ എസ് ആർ ടി സി ബസ് സ്റ്റേഷൻ ആലപ്പുഴ • കെ എസ് ആർ ടി സി ബസ് സ്റ്റേഷൻ എറണാകുളം • മച്ചിങ്ങൽ ലെയ്ൻ തൃശൂർ • ഐ ജി റോഡ് കോഴിക്കോട് • കെ എസ് ആർ ടി സി ബസ് സ്റ്റേഷൻ കോഴിക്കോട് • എൻ ജി ഒ യൂണിയൻ ബിൽഡിങ് കണ്ണൂർ • സെൻട്രൽ ബസ് ടെർമിനൽ കോംപ്ലക്സ് താവക്കര കണ്ണൂർ

CO - 1829 / 3022

മഹാഭാരതകഥകളും പാക്കനാരും

രാജൻ തിരുവോത്ത്

ചിന്ത പബ്ലിഷേഴ്സ്
തിരുവനന്തപുരം-695 035

രാജൻ തിരുവോത്ത്

കോഴിക്കോട് ജില്ലയിലെ പേരാമ്പ്രയിൽ വൈദ്യം, വിഷ വൈദ്യം, കളരി, സംസ്കൃതഭാഷ എന്നിവ പഠിപ്പിച്ചിരുന്ന കുടുംബത്തിൽ ജനനം. പിതാവ് തിരുവോത്ത് ഗോവിന്ദൻ വൈദ്യർ. അമ്മ പടിഞ്ഞാറെ പുത്തലത്ത് നാരായണി. പേരാമ്പ്ര ഗവ. സ്കൂളിൽ പ്രാഥമിക വിദ്യാഭ്യാസം. കോഴിക്കോട് ഗുരുവായൂരപ്പൻ കോളേജിൽനിന്ന് ബി എസ് സി ബിരുദം. തുടർന്ന് മലയാളത്തിലും ഇംഗ്ലീഷിലും ബിരുദാനന്തരബിരുദം.

കേരളസാഹിത്യ അക്കാദമിയുടെ ഗവേഷണ ഫെലോഷിപ്പ്, കേരള സംഗീത നാടക അക്കാദമിയുടെ 2008 ലെ ഗുരുപൂജ പുരസ്കാരം എന്നിവ ലഭിച്ചു. ആറുതവണ ഏറ്റവും നല്ല നാടകരചനയ്ക്കുള്ള പുരസ്കാരം ലഭിച്ചിട്ടുണ്ട്. ആകാശവാണിക്കുവേണ്ടി നിരവധി നാടകങ്ങൾ എഴുതി പ്രക്ഷേപണം ചെയ്തിട്ടുണ്ട്. പി എം മേനോൻ സംവിധാനം ചെയ്ത *ഉത്തരീയം* എന്ന ടെലിസിനിമയ്ക്ക് തിരക്കഥയെഴുതി. ആനുകാലികങ്ങളിൽ എഴുതുന്നു.

താളക്രമം (നാടകം), *പട്ടിയെക്കുറിച്ചൊരന്വേഷണം* (നാടക സമാഹാരം), *ബഷീറിന്റെ ഐരാവതങ്ങൾ* (സഹലേഖകൻ) *സന്ദേഹിയായ പ്രവാചകൻ* (പഠനം), *നാടകം ചരിത്രത്തിന്റെ കണ്ണിൽ* (മലയാള നാടക സാഹിത്യചരിത്രം) തുടങ്ങി നിരവധി കൃതികൾ രചിച്ചിട്ടുണ്ട്.

ഭാര്യ : ജയലക്ഷ്മി
മക്കൾ : ടി ആർ ശ്രീഹർഷൻ, ടി ആർ ശ്രീസൂര്യ
വിലാസം : പേരാമ്പ്ര,
കോഴിക്കോട്.

ഉള്ളടക്കം

1

ഘടോൽക്കചൻ

നേരം പുലരുന്നതിനുമുമ്പുതന്നെ ഞാൻ ഉൾക്കാട്ടിലേക്കു കയറി. അമ്പുംവില്ലും അരയിൽ ഒരു കത്തിയും മാത്രമേ കരുതിയിരുന്നുള്ളൂ.

ഉദയം കഴിഞ്ഞിരുന്നെങ്കിലും കാട്ടിനകത്ത് വെളിച്ചംപരന്നില്ല. കാലിൽ കുരുങ്ങുന്ന കാട്ടുവള്ളികൾ വെട്ടിമാറ്റിക്കൊണ്ട് ഞാൻ മുന്നോട്ട് നടന്നു. കാട്ടുമൃഗങ്ങൾ കൂടുവിട്ട് ഇറങ്ങിത്തുടങ്ങുന്നതേയുള്ളൂ. ഗന്ധം പിടിച്ചും ചെവിയോർത്തും നിൽക്കുന്ന കേഴമാനുകൾ കാട്ടുവഴിക്കപ്പുറം മാറിനിൽക്കുന്നതു കണ്ടു. അവറ്റകൾക്കുനേരെ അമ്പയയ്ക്കുകയോ കത്തിയെറിയുകയോ ചെയ്തില്ല... അല്ലെങ്കിലും ഞാൻ മാനുകളെ വേട്ടയാടാറില്ല. മാനിറച്ചിയുടെ രുചിയും മണവും എനിക്കിഷ്ടമല്ല.

കരിവീട്ടിക്കൊമ്പിലിരുന്ന ഏതോ ഇനം പക്ഷികൾ എന്നെ കണ്ടപ്പോൾ കൂട്ടമായി വികൃതശബ്ദം പുറപ്പെടുവിച്ചു.

ഞാനവരുടെ ശത്രുവാണെന്നവർ കരുതിക്കാണും. ഘടോൽക്കചൻ പറവകളുടെ മിത്രമാണെന്നവർക്ക് അറിയില്ലെന്നു തോന്നുന്നു... ഞാൻ കരിവീട്ടിക്കൊമ്പിലേക്കുതന്നെ നോക്കിക്കൊണ്ടുനടന്നു. നിലംപറ്റി പടർന്ന ഒരു തടിയൻ കാട്ടുവള്ളിയിൽ ചവിട്ടിയപ്പോൾ അതിന്റെ മറ്റേ അറ്റം എന്റെ വലതുകാലിൻ പുതഞ്ഞുചുറ്റി. ഇടതുകാൽ അമർത്തിയൂന്നി വലതുകാൽ ശക്തിയായി കുടഞ്ഞിട്ടും അത് വിട്ടുപോയില്ല... കാലിൽ വല്ലാത്തൊരു തണുപ്പ്. അപ്പോഴാണ് ഞാൻ താഴോട്ടു നോക്കിയത്.

ഒരുനിമിഷം ഞാൻ തരിച്ചുനിന്നുപോയി. അത് ഭീമാകാരനായ ഒരു പെരുമ്പാമ്പായിരുന്നു. അതിന്റെ വാലിൽ ഇടതുകാൽ കൊണ്ട് അമർത്തിച്ചവുട്ടിയശേഷം വലതുകാൽ മോചിപ്പിക്കാൻ ശ്രമിക്കുന്നതിന്നിടയിൽ പെരുമ്പാമ്പ് അതിന്റെ വായ ഗുഹപോലെ തുറന്നുപിടിച്ചുകൊണ്ട് എന്റെ ഇടതുകാൽ വായ്ക്കകത്താക്കാൻ ശ്രമിക്കുന്നതാണ് കണ്ടത്.

അരയിൽ തിരുകിവെച്ച കത്തി വലിച്ചൂരി പാമ്പിനെ നാലു കഷ്ണങ്ങളാക്കി മുറിച്ചിട്ടു. വേറിട്ടുകിടന്ന ഓരോ കഷ്ണവും എന്റെ നേർക്ക് പിടഞ്ഞുചാടിക്കൊണ്ടിരുന്നു. അതുകണ്ടപ്പോൾ എനിക്കതിനോട് ബഹുമാനം തോന്നി...

'ഇതാണ് കാട്ടുജന്തുക്കളുടെ ശൗര്യം....' ഞാൻ മനസിലോർത്തു. പിടഞ്ഞു തുള്ളിക്കൊണ്ടിരുന്ന പെരുമ്പാമ്പിൻ ഇണകളെ കാലുകൊണ്ട് തട്ടിത്തെറിപ്പിച്ചപ്പോൾ പാമ്പിൻചോര എന്റെ ശരീരത്തിലേക്കും മുഖത്തേക്കും തെറിച്ചു വീണു.

നേരിയ രോമങ്ങളോടുകൂടിയ കാട്ടുപച്ചില പറിച്ചെടുത്ത് കത്തിയുടെ വായ്ത്തലയും എന്റെ മുഖവും തുടച്ച് വൃത്തിയാക്കിയശേഷം കത്തി അരയിൽതന്നെ തിരുകി ഞാൻ മുന്നോട്ടു നടന്നു. രണ്ടുകാതം നടന്നപ്പോൾ ഒരു വെളിമ്പ്രദേശത്തെത്തി. പെരുമ്പാമ്പിന്റെ പിടിത്തത്തിന്റെ ബലം കാരണം വലംകാലിൽ നേരിയ വേദനയുണ്ടായിരുന്നു.

തൊട്ടകലെ കാണുന്ന മരച്ചുവട്ടിൽ അൽപ്പം ഇരിക്കാമെന്നു കരുതി മുന്നോട്ടുനടക്കുമ്പോൾ പിറകിൽ ഏതോ മൃഗത്തിന്റെ ചീറ്റൽ കേട്ട് തിരിഞ്ഞുനോക്കി.

അതികായനായ ഒരു കാട്ടുപന്നി എന്റെ തൊട്ടുപിറകിൽ എത്തിക്കഴിഞ്ഞിരുന്നു. എന്നെ തേറ്റയിൽ കോർത്തെടുത്ത് എറിഞ്ഞുടയ്ക്കാനുള്ള ശ്രമത്തിലാണത്. ഇടതുഭാഗത്തേക്ക് വീണമർന്ന് വലതുകാൽ ചുഴറ്റി പ്പിറകിലൂന്നി ഞൊടിയിടകൊണ്ട് ഞാൻ മാറിനിന്നു. ഉന്നം പിഴച്ച കാട്ടുപന്നി പത്തടി മുന്നോട്ട് കുതിച്ച് തക്കം നോക്കി... ഞാൻ തോളത്ത് നിന്ന് വില്ലെടുത്ത് അമ്പുകോർത്ത് പന്നിയുടെ നെറ്റിത്തടം ലക്ഷ്യം വെച്ചു... ഒറ്റശ്വാസത്തിന്നിടയ്ക്ക് എല്ലാം കഴിഞ്ഞിരുന്നു.

കാടാകെ കിടുങ്ങുമാറുച്ചത്തിൽ അമറിക്കൊണ്ട് പന്നി നിലത്ത് പതിഞ്ഞ് രണ്ടുവട്ടം പിടഞ്ഞ് നിശ്ചലമായി. വേട്ടമൃഗത്തെയും തോളിലിട്ട് ഞാൻ തിരിച്ചുനടന്നു.

മരച്ചില്ലകളും ഈറ്റപ്പുല്ലും മുളങ്കമ്പുകളും ചേർത്ത് കെട്ടിയുണ്ടാക്കിയ മൂന്ന് കൂരകൾക്കുള്ളിലാണ് ഞങ്ങൾ താൽക്കാലികമായി താമസിച്ചിരുന്നത്.

ഞാൻ തിരിച്ചെത്തുന്നതിനുമുമ്പുതന്നെ രാക്ഷകീയനും വേത്രകനും കിർമീരനും വേട്ട കഴിഞ്ഞ് എത്തിയിരുന്നു. അവർ കാട്ടാടിനെയും കലമാനിനെയുമാണ് കൊണ്ടുവന്നത്. കൂടെയുള്ള നാലഞ്ച് ബാലന്മാർ ചത്തുകിടന്ന മൃഗങ്ങളെ തിരിച്ചും മറിച്ചുമിട്ട് വെറുതെ കളിക്കുന്നുണ്ടായിരുന്നു. എന്നെ കണ്ടപ്പോൾ എല്ലാവരും കളിയും ചിരിയും നിർത്തി.

തോളിൽനിന്ന് നിലത്തിട്ട കാട്ടുപന്നിയെ അവർ അത്ഭുതത്തോടെ നോക്കിനിന്നു.

"ഇഷ്ടപ്പെട്ടതുതന്നെ കിട്ടി....അല്ലെ?" വേത്രകൻ ചോദിച്ചു. ഞാനൊന്ന് ചിരിക്കുകമാത്രം ചെയ്തു.

ചുട്ടെടുത്ത കാട്ടുപന്നിയിറച്ചിയാണെനിക്ക് ഏറ്റവും ഇഷ്ടം. എനിക്കുള്ള ഭക്ഷണം ഞാൻതന്നെ വേട്ടയാടണം എന്നതെനിക്കു നിർബന്ധമാണ്. അത് വേത്രകനും രാക്ഷകീയനുമറിയാം.

വേത്രകനും രാക്ഷകീയനും കിർമീരനും ചേർന്ന് മൃഗങ്ങളുടെ തോലു പൊളിക്കാൻ തുടങ്ങി. സഹായികൾ എന്ന മട്ടിൽ കുട്ടികൾ വെറുതെ രക്തത്തിൽ കൈമുക്കി കളിക്കാൻ തുടങ്ങി.

ഇറയത്ത് തൂക്കിയിട്ട മുളങ്കുറ്റിയിലെ കാട്ട് തേനിൽ അൽപ്പം മദ്യം ചേർത്ത് ഞാൻ സാവധാനം കഴിച്ചു തുടങ്ങി.

വേട്ടയ്ക്കിറങ്ങുന്നതിനുമുമ്പ് കഴിച്ച രണ്ട് പഴങ്ങൾ എപ്പോഴോ ദഹിച്ചുതീർന്നതാണ്. ശൂന്യമായ വയറ്റിലേക്ക് ഒലിച്ചിറങ്ങിയ മദ്യം അകത്ത് കിടന്ന് പൊള്ളാൻ തുടങ്ങി. തോൽകുടത്തിലെ മദ്യം മുഴുവൻ തീർന്നപ്പോൾ കുടം ഞാൻ വലിച്ചെറിഞ്ഞു...

സിരകളിൽ അഗ്നിപടരുന്നുണ്ടായിരുന്നു... കുടിലിന്റെ മുറ്റത്തെ ദേവദാരുവിൽ ചാരിയിരുന്ന... മരത്തടികൾ കൂട്ടിയിട്ട് വേത്രകനും കിർമീരനും അഗ്നികുണ്ഡമൊരുക്കി. മരക്കമ്പിൽ കോർത്തെടുത്ത മാംസത്തുണ്ടുകൾ തീയിലിട്ട് വേവിക്കാൻ തുടങ്ങി.

എനിക്കുവേണ്ടി പന്നിയിറച്ചിയും അവർക്കായി മാനിറച്ചിയും വേറെ വേറെ തീക്കുണ്ഡങ്ങളിലാണ് ചുട്ടെടുക്കുന്നത്. മാനിറച്ചിയും പന്നിയിറച്ചിയും ഒരേ അടുപ്പിൽ വേവിക്കാൻ പാടില്ലത്രെ. അതൊരു കാട്ടുനീതിയാണ്...

എന്തും സ്ഫുടം ചെയ്യുന്ന അഗ്നിക്കുമുണ്ടോ വിവേചനം?

എന്തോ എനിക്കറിയില്ല.

തോൽക്കുടത്തിൽ നിന്ന് അൽപ്പാൽപ്പമായി മദ്യം രുചിച്ചുകൊണ്ട് രാക്ഷകീയൻ തീക്കുണ്ഡത്തിനടുത്ത് തന്നെയിരിക്കുന്നുണ്ട്.

നിലത്ത് വിരിച്ചിട്ട പച്ചിലകളിലേക്കാണ് ചുട്ടെടുത്ത മാംസത്തുണ്ടുകൾ വെച്ചിരുന്നത്. ചൂടാറാൻ കാക്കാതെ അവയിൽ ചിലതെടുത്ത് കുട്ടികൾ തിന്നു തുടങ്ങിയിരിക്കുന്നു.

അവർ കുട്ടികളല്ലെ. വിശപ്പ് സഹിക്കാനാവില്ല...

വെറുംവയറ്റിൽ കഴിച്ച മദ്യം തലച്ചോറിലേക്കും ഇഴഞ്ഞ് കയറിത്തുടങ്ങി.

എന്റെ കുട്ടിക്കാലം എനിക്കോർമവന്നു. ബന്ധുവായി അമ്മയെ മാത്രമേ കണ്ടിട്ടുള്ളൂ. ബലവാനായ അമ്മാവനെ ഹസ്തിനപുരത്തിലെ രാജകുമാരൻ നട്ടെല്ലൊടിച്ച് കൊന്നുകളഞ്ഞത്രെ... അമ്മാവനെ കൊന്നയാൾ പിന്നീട് അമ്മയെ കല്യാണം കഴിച്ചത്രെ...

ഞാൻ പിറക്കുംമുമ്പേ അയാൾ അമ്മയെ ഉപേക്ഷിച്ചു പോയി... അതായിരിക്കും രാജനീതി?...

എന്തായാലും ഘടോൽക്കചൻ രാജാവിന്റെ മകനാണ്...

കാട്ടാളനായ രാജകുമാരൻ.

ഹസ്തിനപുരത്തിന്റെ അവകാശി?!

ഞാൻ കുട്ടിയായിരുന്നപ്പോൾ കൂടെ കളിക്കാൻ ആരുമുണ്ടായിരുന്നില്ല. അച്ഛനും അമ്മയും കൂട്ടുകാരനും കൂട്ടുകാരിയും ബന്ധുവും എല്ലാം ഒരാളായിരുന്നു. ഒരാൾ മാത്രം... അമ്മ ഹിഡുംബി... ഹിഡുംബി മാത്രം!...

ഞാൻ അച്ഛന്റെ തൽസ്വരൂപമാണത്രെ. അമ്മ പറഞ്ഞത് സത്യമായിരിക്കുമോ?

അച്ഛൻ പത്തുകുടം നാഗരസം കുടിച്ചവനാണ് പോലും.

ഭീമസേനൻ!

പതിനായിരം ഗജവീരന്മാരുടെ ശക്തിയുണ്ടത്രെ... ദ്വന്ദയുദ്ധം ചെയ്യുമ്പോൾ കൊടുങ്കാറ്റടിക്കുമ്പോലെയാണെന്ന് അമ്മ പറഞ്ഞു.

അപ്പോൾ ഞാനാരാണ്? കാട്ടാളനായ ഈ ഘടോൽക്കചൻ ആരാണ്? ഹസ്തിനപുരിയിലെ യുവരാജൻ?

ദ്വിഗ്വിജയിയായ പാണ്ഡുരാജാവിന്റെ ചെറുമകൻ!

എന്നായിരിയ്ക്കും എനിക്കെന്റെ അച്ഛനെ കാണാൻ കഴിയുക?

മദ്യലഹരിയിൽ ഞാൻ മുങ്ങിത്താഴുകയായിരുന്നു...

ഹസ്തിനപുരത്തിലെ സ്വർണസിംഹാസനത്തിലിരിക്കുന്ന എന്റെ അടുത്തേക്ക് അച്ഛന്റെ അമ്മ കുന്തീദേവി സാവധാനം നടന്നുവന്നു. അവർക്കിരുവശത്തുമായി രണ്ട് തോഴികൾ ഉണ്ടായിരുന്നു.

ഞാനവരെ കണ്ടപ്പോൾ എഴുന്നേറ്റുനിന്നു.

അവർ എന്റെ സമീപത്തെത്തിയപ്പോൾ ഞാനവരുടെ കാൽക്കൽ നമസ്ക്കരിച്ചു. എന്റെ ശിരസിൽ രണ്ടിറ്റ് ചുടുനീരിറ്റി. എന്റെ തോളിൽ തൊട്ട് അച്ഛമ്മ എന്നെ പിടിച്ചെഴുന്നേൽപ്പിച്ചു... കാലത്തിന്റെ ഞൊറി വീണ കണ്ണുകളിൽ തളംകെട്ടിയ ജലബിന്ദുക്കൾ!

സന്തോഷാശ്രുക്കൾ.

അച്ഛമ്മ എന്നെ മാറോടുചേർത്ത് ഇരുകവിളിലും ചുംബിച്ചു.

അവർ എന്റെ നെറുകയിൽ കൈവെച്ചപ്പോൾ എന്റെ ശരീരത്തിലേക്ക് അവാച്യമായൊരു ശക്തിപ്രവാഹം എനിക്കനുഭവപ്പെട്ടു. സ്നേഹത്തിന്റെ കാന്തികപ്രവാഹം!

"ദീർഘായുഷ്മാൻ ഭവ:! കുഞ്ഞേ ഘടോൽക്കചാ

എന്റെ പുത്രസന്താനങ്ങളിൽ മൂത്തവനാണ് നീ.

ഈ രാജ്യം നിന്റെ കീഴിൽ ധന്യമായി തീരട്ടെ..." അച്ഛമ്മ കൈകളുയർത്തി എന്നെ ആശീർവദിച്ചു.

ഞാനവരെ സിംഹാസനത്തിന്റെ അന്തർഭാഗത്ത് എന്നോട് ചേർത്തിരുത്തി. എന്റെ ശിരസിൽ തഴുകിക്കൊണ്ട് അവർ വീണ്ടും എന്റെ കവിളിൽ ചുംബിച്ചു.

ഇത് ആദ്യാനുഭവം. ആശീർവാദത്തിന്റെ കുളിർമഴയിൽ ഞാൻ നനഞ്ഞു... സ്നേഹത്തിന്റെ ശൈത്യത്തിൽ ഞാൻ വിറച്ചു.

അച്ഛമ്മ പറഞ്ഞു: "കുഞ്ഞേ ഘടോൽക്കചാ ഞാൻ നിന്റെ ചൂടേറ്റ് അൽപ്പസമയം ഇവിടെ ഇരിക്കട്ടെ."

"ഹിഡുംബി നിന്നെ ഉദരത്തിൽ വഹിക്കുമ്പോൾ ഞാനും നിന്റെ അച്ഛനും വലിയച്ഛൻ യുധിഷ്ഠിരനും ഇളയച്ഛന്മാരായ പാർത്ഥനും, നകുലനും സഹദേവന്മാരും നിന്റെ അമ്മയെ വനത്തിലുപേക്ഷിച്ച് പോന്നതാണ്...

അപരാധങ്ങൾക്ക് മാപ്പ്!"

"അരുത്...അങ്ങനെ പറയരുത്.. എനിക്കത് താങ്ങാനാവില്ല." ഞാൻ പറഞ്ഞു.

അച്ഛമ്മ പറഞ്ഞു: "കുഞ്ഞേ, എനിക്ക് നിന്റെ അമ്മയോട് സ്വന്തം മകളോടെന്നപോലെ സ്നേഹമായിരുന്നു."

"നിന്റെ അമ്മയെ കാട്ടിലുപേക്ഷിച്ചുപോന്ന അന്നു മുതൽ നിദ്രാവിഹീനങ്ങളായിരുന്നു എന്റെ രാത്രികൾ മുഴുവനും."

"ഘടോൽക്കചാ...മകനെ നിന്നെ ഒരിക്കൽകൂടി ഞാനൊന്ന് ചുംബിക്കട്ടെ"... അച്ഛമ്മ വീണ്ടും എന്നെ മാറോടണച്ചു.

കവിളിലും നെറുകയിലും ചുംബിച്ചു. അവർ കിതയ്ക്കുന്നുണ്ടായിരുന്നു.

തൊഴുകൈകളോടെ ഞാൻ അച്ഛമ്മയോട് പറഞ്ഞു.

"ദേവി..അമ്മേ...രാജമാതാവേ...അവിടത്തെ അനുഗ്രഹം ഒന്നുമാത്രം മതി ഈ ഭാരതഖണ്ഡം ഞാൻ ഐശ്വര്യസമൃദ്ധമാക്കും."

മലർന്ന് കിടക്കുകയായിരുന്ന എന്റെ അകംതുടയിൽ ആരോ ശക്തിയായി അടിച്ചു. ഞാൻ ഞെട്ടിയുണർന്നു...

വേത്രകൻ!

"ഘടോൽക്കചാ നീ എന്തൊക്കെയാണീ പറയുന്നത്? ഭാരതഖണ്ഡമോ? ഏത് ഭാരതഖണ്ഡം?"

വേത്രകനോട് ഞാൻ ചോദിച്ചു "എവിടെ രാജമാതാവ്?"

വേത്രകൻ ചോദിച്ചു "രാജമാതാവോ? ഈ കൊടും കാട്ടിലോ? അല്ലെങ്കിൽ തന്നെ ആരാണവർ?"

ഞാൻ സ്വപ്നത്തിൽ നിന്നും മോചിതനായിരുന്നില്ല. ഞാൻ ചുറ്റും നോക്കി... സിംഹാസനമില്ല പരിചാരകരില്ല. രാജമാതാവില്ല. മരക്കമ്പുകളും ഈറ്റപ്പുല്ലും ചേർത്ത് കെട്ടിയുണ്ടാക്കിയ കുടിലിനകത്ത് ഞാൻ മാത്രം!

പന്നിമാംസം വേവുന്ന തീക്കണ്ഡത്തിനുചുറ്റും കുട്ടികളിരുന്ന് മാംസക്കഷ്ണങ്ങൾ ചവയ്ക്കുന്നു.

മദ്യത്തിന്റെ ലഹരിയിൽ ലക്കുകെട്ട ചോരയൂറിയ കണ്ണുകളുമായി രാക്ഷകീയൻ ചുട്ടെടുത്ത കലമാനിന്റെ ഒറ്റത്തുട ഒന്നാകെയെടുത്ത് കടിച്ച് വലിക്കുന്നു.

വേത്രകനും കിർമീരനും എന്റെ മുന്നിലിരിക്കുകയാണ്. കിർമീരൻ ചോദിച്ചു "ഘടോൽക്കചാ നീ ഞങ്ങളെ പേടിപ്പിച്ചു കളഞ്ഞു. നീ എന്തൊക്കെയാണ് ഉറക്കത്തിൽ വിളിച്ചുപറഞ്ഞത്?"

ഞാൻ പറഞ്ഞു "എന്തൊക്കെയോ സ്വപ്നം കണ്ടു"

കിർമീരൻ പറഞ്ഞു "വെറുംവയറ്റിൽ തേൻ ചേർത്ത മദ്യം കഴിച്ചാലങ്ങനെയാണ്. വരൂ മാംസം വെന്തുകഴിഞ്ഞു."

കുട്ടികളിൽ ഒരാൾ എനിക്ക് ഇലക്കുമ്പിളിൽ വെള്ളം കൊണ്ടുവന്നു തന്നു.

വേത്രകൻ പറഞ്ഞു: "ആദ്യം വെള്ളം കുടിക്ക്, സരസപരില ചതച്ചിട്ടവെള്ളമാണ് എന്നിട്ടാവാം ഭക്ഷണം."

മാംസത്തുണ്ടുകൾ ചവയ്ക്കുമ്പോഴും എന്റെ മനസിൽ നിറഞ്ഞുനിന്നത് ആ രൂപം തന്നെയായിരുന്നു... രാജമാതാവ് എന്തൊരൈശ്വര്യമാണാ മുഖത്ത്. കാലത്തിന്റെ പരുക്കുകൾ ഏറ്റിട്ടും കണ്ണുകളുടെ തിളക്കവും മുഖത്തെ ആജ്ഞാശക്തിയും നഷ്ടപ്പെട്ടില്ല.

ഞാനിതുവരെ നേരിൽ കാണാത്ത എന്റെ അച്ഛമ്മ! അവരിപ്പോൾ എവിടെയായിരിയ്ക്കും...? ഞാനാലോചിച്ചു.

പന്നിമാംസം എനിക്ക് പ്രിയപ്പെട്ടതാണെങ്കിലും എന്തുകൊണ്ടോ എനിക്കത്ര രുചി തോന്നിയില്ല.

ഞാൻ കൈതുടച്ച് എഴുന്നേറ്റു...

കുടിലിനപ്പുറം തുറസ്സായ സ്ഥലത്തെ പുൽത്തകിടിയിൽ ചെന്നു കിടന്നു. നല്ല തണുത്ത കാറ്റ്. അമ്മയെ ഓർത്തുകൊണ്ട് കൈകൾ രണ്ടും പിണച്ച് തലയ്ക്കു താങ്ങായി വെച്ചുകൊണ്ട് മലർന്നുകിടന്നു.

മലഞ്ചെരുവിൽ വിറക് ശേഖരിക്കാൻ പോയ രണ്ടുപേർ തിരിച്ചുവന്നിരിക്കുന്നു. അവർ വിറകുകെട്ടുകൾ കുടിലിന്റെ മുറ്റത്തിട്ടു. അവർ വേത്രകനോടും കിർമീരനോടും എന്തോ അടക്കം പറയുന്നത് ഞാൻ ശ്രദ്ധിച്ചു.

ഭക്ഷണം കഴിഞ്ഞ് എഴുന്നേറ്റ രാക്ഷകീയൻ മരക്കൊമ്പിൽ കെട്ടിവെച്ച ആയുധങ്ങളിൽ ചിലത് വലിച്ചെടുത്ത് എന്തോ വികൃത ശബ്ദം പുറപ്പെടുവിച്ചു.

ആപൽസൂചനയാണ്. ശത്രുക്കളുടെ സാന്നിധ്യം വിളിച്ചറിയിക്കാനാണ് ഞങ്ങൾ കാട്ടാളന്മാർ അങ്ങനെ ശബ്ദം പുറപ്പെടുവിക്കുക.

ഞാൻ എഴുന്നേറ്റിരുന്നു. എന്താണ് സംഭവിച്ചിരിക്കുന്നത്. കാറ്റിൽ ആപത്തിന്റെ ഗന്ധമില്ല. ഞാൻ രണ്ട് മൂന്നുതവണ ആഴത്തിൽ ശ്വാസം കഴിച്ചു.

ഇല്ല എനിക്കൊന്നും അനുഭവപ്പെടുന്നില്ല.

വേത്രകനും കിർമ്മീരനും എന്റെ അടുത്തേക്ക് ഓടിവന്നു.

വേത്രകൻ പറഞ്ഞു: "ഘടോൽക്കചാ, നമുക്കുടനെ താഴ്വാരത്തേക്കു ചെല്ലണം അവിടെ അസാധാരണന്മാരായ കുറെ മനുഷ്യർ. അഞ്ച് പുരുഷന്മാരും ഒരു സ്ത്രീയും എത്തിയിരിക്കുന്നത്രെ. ശത്രുക്കളാകാനാണ് സാധ്യത."

"അസാധാരണരോ?" ഞാൻ ചോദിച്ചു. "ആണെങ്കിൽത്തന്നെ അവരെങ്ങനെ നമ്മുടെ ശത്രുക്കളാകും?"

"തർക്കിക്കാൻ സമയമില്ല ഉടനെ ചെല്ലണം" കിർമീരനാണത് പറഞ്ഞത്.

എപ്പോഴും അരയിൽ തിരുകിവെക്കാറുള്ള വെട്ടുകത്തി മാത്രമേ ഞാനെടുത്തുള്ളു. മറ്റുള്ളവർ അമ്പും വില്ലും മറ്റായുധങ്ങളുമെടുത്തു. കൂടെവരാനൊരുങ്ങിയ കുട്ടികളെ തടഞ്ഞുകൊണ്ട് ഞങ്ങൾ മഹേന്ദ്ര പർവതത്തിന്റെ താഴ്‌വരയിലേക്ക് നടന്നു.

എന്റെ ക്ഷീണമെല്ലാം വിട്ടകന്നിരിക്കുന്നു.

ചെങ്കുത്തായ ഇറക്കം ഞങ്ങൾ വളരെ പെട്ടെന്നാണ് ഇറങ്ങിയത്. വളരെ അകലത്തുനിന്നുതന്നെ അവരെ ഞങ്ങൾ കാണുന്നുണ്ടായിരുന്നു.

പുരുഷന്മാർ അഞ്ചുപേരും ക്ഷീണിതരാണ്. പ്രായക്കൂടുതലുള്ള ആൾ പച്ചപ്പുല്ലിൽ കിടക്കുകയായിരുന്നു. കൂട്ടത്തിൽ അതികായകനായ ഒരാൾ എന്നെത്തന്നെ സൂക്ഷിച്ചുനോക്കുന്നത് ഞാൻ ശ്രദ്ധിച്ചു.

സ്ത്രീക്ക് ഏതാണ്ട് എന്റെ അമ്മയുടെ പ്രായം വരും. അവരെ കണ്ടാൽ ഒരു ദേവസ്ത്രീയാണെന്ന് തോന്നും. അവർ വളരെ ക്ഷീണിതയായിരുന്നു. നിലത്ത് പതിഞ്ഞിരുന്നുകൊണ്ടവർ ഞരങ്ങുന്നുണ്ടായിരുന്നു.

ഞങ്ങൾ തൊട്ടുടുത്തെത്തിയപ്പോൾ ഇളംകറുപ്പാർന്ന് ബലിഷ്ഠമുള്ള ശരീരമുള്ളയാൾ ചാടിയെഴുന്നേറ്റ് ഞങ്ങൾക്കുനേരെ വില്ലുകുലച്ച് അസ്ത്രം തൊടുത്തു.

ആ സ്ത്രീയാണയാളെ തടഞ്ഞത്. അവർ എന്തോ പറഞ്ഞപ്പോൾ അയാൾ അസ്ത്രം വലിച്ച് ആവനാഴിയിൽ തന്നെയിട്ടു. അവരിൽ ഒരാൾ, കൂട്ടത്തിൽ ഇളയവനാണെന്നു തോന്നുന്നു; മുന്നോട്ടാഞ്ഞുകൊണ്ട് ചോദിച്ചു. "ആരാണ് നിങ്ങൾ?..ഹേ...ഹീനരായ കാട്ടാളന്മാരെ അടുക്കരുത്?"

വേത്രകനെയും കിർമീരനെയും രാക്ഷകീയനെയും പുറംകൈകൊണ്ട് തടഞ്ഞുനിർത്തിയശേഷം ഞാൻ അവരുടെ തൊട്ടടുത്തേക്ക് ചെന്നിട്ട് പറഞ്ഞു: "ഞങ്ങൾ കാട്ടാളരാണ്. ഹീനജാതിക്കാരുമാണ് പക്ഷേ കാരണം കൂടാതെ ആരെയും ഉപദ്രവിക്കില്ല."

അതികായനായ മനുഷ്യൻ ചോദിച്ചു. "പറയൂ നിങ്ങൾ ആരാണ്?" ഞാൻ പറഞ്ഞു "മഹേന്ദ്രപർവതത്തിന്റെ കാവൽക്കാർ...നിങ്ങൾ അഞ്ച് പുരുഷന്മാരും ഒരു സ്ത്രീയും ഇവിടെയെത്തിയതായി വിറക് എടുക്കാൻ വന്ന കാട്ടാളകൂട്ടമാണ് പറഞ്ഞത്. പറയൂ നിങ്ങൾക്ക് എന്താണ് വേണ്ടത്? സഹായം എന്തുവേണമെങ്കിലുമാവാം. താമസിക്കാനിടമോ ഭക്ഷിക്കാൻ കായ്കനികളോ മാംസമോ വേണമെങ്കിൽ പറയാം. കുടിക്കാൻ കാട്ട് ചോലയിലെ തെളിനീരിൽ സരസപരില ചതച്ചിട്ടത് വേണമെങ്കിൽ അതും തരാം."

കിർമീരനും വേത്രകനും എന്റെ അടുത്ത് എത്തിക്കഴിഞ്ഞിരുന്നു.

കിർമീരൻ അവരോട് പറഞ്ഞു: "കാട്ട് തേൻ ചേർന്ന മദ്യവും കനലിൽ ചുട്ടെടുത്ത കേഴമാനിന്റെ മാംസവും വേണ്ടത്ര തരാം."

"എനിക്ക് കുടിക്കാൻ വെള്ളം വേണം." ദീനസ്വരത്തിൽ സ്ത്രീയാണത് പറഞ്ഞത്. അവരുടെ ശബ്ദവും ഭാവവും എന്റെ മനസിലെവി

ടെയോ നേരിയ മുറിവേൽപ്പിച്ചു. എന്താണെന്നറിയില്ല എനിക്കവരോട് അമ്മയോട് തോന്നുന്ന സ്നേഹമാണ് തോന്നിയത്. കാട്ടുചേമ്പിന്റെ ഇല വെട്ടിയെടുത്ത് കുമ്പിളാക്കി അതിൽ നിറയെ വെള്ളവുമായി വേത്രകൻ പെട്ടെന്ന് വന്നു. അതു മുഴുവൻ അവർ ഒറ്റയ്ക്ക് കുടിച്ചുതീർന്നപ്പോൾ മുഖത്ത് ഒരു പ്രസന്നത വന്നതുപോലെ തോന്നി.

കുറച്ചുമുമ്പേ എനിക്ക് നേരെ അസ്ത്രം തൊടുത്തയാൾ പറഞ്ഞു "ഞങ്ങൾക്ക് മഹേന്ദ്രപർവതത്തിന് മുകളിലെ നരനാരായണാശ്രമത്തിലെത്തണം. ഞങ്ങൾ ക്ഷീണിതരാണ്. നിങ്ങൾക്ക് സഹായിക്കാൻ പറ്റുമോ?"

ഞാൻ കിർമീരനെയും വേത്രകനെയും രാക്ഷകീയനെയും നോക്കി. വേത്രകൻ വായ്ക്ക് ഇരുവശവും കൈപ്പത്തികൾ വിലങ്ങനെവെച്ച് ഉറക്കെ കൂവിയപ്പോൾ മുളങ്കാടുകൾക്കപ്പുറത്തുനിന്ന് ഞങ്ങളുടെ കൂട്ടുകാരായ അഞ്ചെട്ടുപേർ ഓടിവന്നു.

കിർമീരനും വേത്രകനും കാട്ടിൽ മറഞ്ഞു. ഞൊടിയിടകൊണ്ട് തിരിച്ചെത്തിയപ്പോൾ കാട്ടുവള്ളികളും മരക്കമ്പുകളും കൊണ്ടുണ്ടാക്കിയ കട്ടിൽ പോലൊന്ന് അവർ ചുമന്ന് കൊണ്ടുവന്നു.

ക്ഷീണിതയായ സ്ത്രീയെ അതിലിരുത്തിക്കൊണ്ട് കാട്ടാളർ മഹേന്ദ്രപർവതം കയറാൻ തുടങ്ങി. അതികായനായ ആ മനുഷ്യനെ ഞാൻ തന്നെ തോളിലേറ്റി മലകയറാൻ തുടങ്ങി. മറ്റുള്ളവരെ വേത്രകനും കിർമീരനും രാക്ഷകീയനും വഹിക്കുന്നുണ്ടായിരുന്നു.

ഞാൻ വളരെ പതുക്കെയാണ് മലചവിട്ടിയത്. എന്റെ തോളിലിരുന്നുകൊണ്ട് അദ്ദേഹം ചോദിച്ചു. "നിനക്ക് ഞങ്ങളെ അറിയാമോ?"

ഞാൻ പറഞ്ഞു: "അറിയണമെന്നില്ല. നിങ്ങൾ ആരായാലും ശരി. സഹായിക്കുക എന്നതാണ് ഞങ്ങളുടെ ലക്ഷ്യം."

അദ്ദേഹം ചിരിച്ചുകൊണ്ട് പറഞ്ഞു: "എന്തുകൊണ്ടാണെന്നറിയില്ല. നിന്റെ തന്റേടവും കൂസലില്ലായ്മയും എനിക്കിഷ്ടമായി. ഒരു മകനോടുതോന്നുന്ന സ്നേഹമാണ് നിന്നോടെനിക്ക്." ഞാൻ പറഞ്ഞു:

"മനുഷ്യകുലത്തെ ഞാൻ മുമ്പും കണ്ടിട്ടുണ്ട് സഹായിച്ചിട്ടുണ്ട്. സഹായമേൽക്കുന്ന സമയത്ത് എല്ലാവരും ഇങ്ങനെ തന്നെയാണ് പറയുക. കാര്യം കഴിഞ്ഞാൽ എല്ലാവരും എല്ലാം മറക്കും."

ഒരു പാറക്കെട്ടിനടുത്തെത്തിയപ്പോൾ അയാൾ പറഞ്ഞു "നിനക്ക് വിഷമം തോന്നുന്നെങ്കിൽ നമുക്കിവിടെ കുറച്ച് നേരം ഇരിക്കാം."

ഞാൻ പറഞ്ഞു: "വേണ്ട...എനിക്കിതൊന്നും ഒരു ഭാരമേ അല്ല."

ഞാൻ ഇടംകൈ പാറയിൽ താങ്ങിക്കൊണ്ട് പാറക്കൂട്ടം എളുപ്പത്തിൽ കയറി.

അദ്ദേഹം പറഞ്ഞു: "നീ മിടുക്കനാണ്. ഇങ്ങനെയൊരു മകൻ എനിക്ക് പിറന്നില്ലല്ലോ എന്നാണ് ഞാൻ ഖേദിക്കുന്നത്... ഞങ്ങൾ ഹസ്തിനപുരിയിലെ യുവരാജാക്കന്മാരാണ്... കൂട്ടത്തിലെ പ്രായം ചെന്നയാൾ യുധിഷ്ഠിരനാണ് ഭാവിയിലെ മഹാരാജൻ... അദ്ദേഹത്തിന്റെ ചൂതു

കളി ഭ്രമം കാരണം ഞങ്ങൾക്കീ ഗതി വന്നു. ഇത് വനവാസകാലമാണ്. ആരും കാണരുത്. ഒളിച്ചുകഴിയുകയാണ്. യുധിഷ്ഠിരന്റെ നേരെ ഇളയതാണ് ഞാൻ ഭീമസേനൻ."

ഭീമസേനൻ!? ഈ പേര് ഞാൻ എത്ര തവണയാണ് കേട്ടത്. ഒരു ദിവസം നൂറുവട്ടമെങ്കിലും അമ്മ പറയാറുള്ള പേര്. ഞാനിപ്പോൾ തോളിൽ വഹിക്കുന്നത് ആരെയാണ് എന്റെ അച്ഛനെയോ? നാളിതുവരെ ഒരു നോക്കു കാണാൻ ഞാൻ കൊതിച്ചിരുന്ന എന്റെ അച്ഛൻ. അതിബലവാനായ എന്റെ അമ്മാവനായ ഹിഡുംബനെയും ബകനെയും നിഷ്പ്രയാസം വധിച്ച ഭീമസേനൻ...

എന്റെ കാലിടറുന്നപോലെ തോന്നി. ഞാനൊരുനിമിഷം താന്നി മരത്തിന്റെ കൊമ്പിൽ കൈതാങ്ങി നിന്നു. എനിക്ക് ശരീരമാസകലം ഒരു വിറയൽപോലെ. എനിക്കൊന്നും ചെയ്യാൻ കഴിയുന്നില്ല... ഞാൻ അമ്മയെ ഓർത്തു... എനിക്ക് കരയണമെന്ന് തോന്നി. വിവേകം കൊണ്ട് കണ്ണീരിന് തടയിട്ടു...

മനസിൽ ഭർത്താവിനെയോർത്ത് കരയുന്നഅമ്മ!

തോളിൽ ഒളിവിൽ കഴിയുന്ന അച്ഛൻ! അവർക്ക് നടുവിൽ പരസ്പരമറിയാതെ ഒരു മകൻ! ഞാൻ....ഘടോൽക്കചൻ.

അദ്ദേഹം ചോദിച്ചു "നിനക്കെന്റെ ഭാരം അസഹ്യമായി തോന്നുണ്ടോ?"

ഞാൻ പറഞ്ഞു: "ഇല്ല ഒരിക്കലുമില്ല...അങ്ങനെ തോന്നില്ലല്ലോ.... അതാണ് പ്രകൃതിനിയമം..."

ഞാൻ നടന്നുതുടങ്ങി. അദ്ദേഹം വീണ്ടും ചോദ്യങ്ങൾ തുടങ്ങി. "നിനക്കീ തത്വജ്ഞാനങ്ങളെല്ലാം എവിടെന്നു കിട്ടി? ആരാണ് നിന്റെ ഗുരു?"

ഞാൻ പറഞ്ഞു: "എന്റെ ഗുരു കാടും അനുഭവങ്ങളുമാണ്" ഞങ്ങൾ മലകയറി മുകളിലെ സമതലത്തിലെത്തി. നരനാരായണാശ്രമത്തിനു സമീപം തുറസ്സായ ഒരു സ്ഥലത്ത് അവരെ ഇറക്കിവെച്ചു. വെള്ളവും കായ്കനികളും എത്തിച്ചുകൊടുത്തു. തൽക്കാലം താമസിക്കാൻ പുല്ലും ഇലകളും മരത്തണ്ടുകളും ചേർത്ത് ഒരു കുടിൽ പണിതു കൊടുത്ത ശേഷം ഞങ്ങൾ യാത്ര പറഞ്ഞു.

കൂട്ടത്തിലെ സ്ത്രീക്ക് എന്നോട് എന്തെന്നില്ലാത്ത ഒരു സ്നേഹം തോന്നിയിരുന്നു. അവർ പറഞ്ഞു: "നിനക്കു തരാൻ എന്റെ കയ്യിൽ ഒന്നുമില്ല. സ്നേഹം മാത്രമേയുള്ളു."

ഞാൻ ഹസ്തിനപുരത്തിലെ രാജ്ഞിയാകേണ്ടവളാണ്. എന്നെങ്കിലും നല്ല കാലംവന്നാൽ ഞാൻ നിന്നെ വിളിപ്പിക്കും. നിനക്കെന്തും വാരിക്കോരിത്തരാൻ എനിക്ക് സന്തോഷമേയുള്ളു."

ഞാൻ പറഞ്ഞു: "ഞാൻ കാട്ടാളനാണ്. പൊന്നും വെള്ളിയും എനിക്കാവശ്യമില്ല. സ്നേഹം മതി."

എന്റെ അച്ഛൻ എന്റെ സമീപത്തേക്ക് വന്ന് എന്റെ തോളിൽ കൈവച്ചുകൊണ്ട് സൗമ്യസ്വരത്തിൽ പറഞ്ഞു. “നിന്നോടെനിയ്ക്കും എന്തെന്നില്ലാത്ത വാത്സല്യം തോന്നുന്നു. നീ ചെയ്തു തന്ന സഹായങ്ങൾക്ക് ഞാനെന്താണ് പറയേണ്ടത്?”

അദ്ദേഹത്തെ കൂടുതൽ പറയാനനുവദിക്കാതെ ഞാൻ പറഞ്ഞു “അരുത് നന്ദിവാക്കാണെങ്കിൽ വേണ്ട, നന്ദിവാക്കെനിക്ക് ഇഷ്ടമല്ല. പ്രത്യേകിച്ച് അച്ഛൻ മകനോട് പറയുന്നത്.”

ഞാൻ തിരിച്ചുനടക്കാനൊരുങ്ങിയപ്പോൾ അദ്ദേഹം പിറകിൽ നിന്ന് എന്റെ തോളിൽ കൈവെച്ച് എന്നെ തിരിച്ച് മുഖാമുഖം നിന്നു. എന്റെ കണ്ണുകളിലേക്ക് നോക്കിക്കൊണ്ടു ചോദിച്ചു “അപ്പോൾ നീ.....?”

കണ്ണുകളിൽ നിന്ന് പുത്രവാത്സല്യത്തിന്റെ മഹാപ്രവാഹം ഒഴുകി വരുന്നത് ഞാൻ കണ്ടു.

ഞാൻ പറഞ്ഞു, “അതെ താങ്കളുടെ മകൻ!

കാട്ടാളത്തിയിൽ പിറന്നവൻ! ഘടോൽക്കചൻ!”

അദ്ദേഹം നിശ്ചലനായി. എണ്ണമയമില്ലാത്ത നീളൻ മുടി, വീശിയടിച്ച കാറ്റിൽ പറന്നുകളിച്ചു.

കാറ്റത്തുലയുന്ന കിരമ്പനത്തലപ്പ്.

പിന്നീടൊന്നും പറയാൻ നിൽക്കാതെ ഞാൻ തിരിച്ചുനടന്നു. പിറകിൽനിന്ന് ദ്രൗപദീദേവി വിളിച്ചുപറഞ്ഞു, “കുഞ്ഞേ നീ നാളെയും വരണം.”

അപ്പോൾ യുധിഷ്ഠിരൻ വല്യച്ഛൻ (അയാൾക്കറിയില്ല ഞാനാരാണെന്ന്) ഉറക്കെപ്പറഞ്ഞു:

“വേണ്ട, വേണ്ട ഇത്രയൊക്കെ മതി. കാട്ടാളനാണ് വിശ്വസിക്കാൻ പറ്റില്ല.”

ഞാൻ തിരിഞ്ഞുനിന്നു. എന്തെങ്കിലും പറയണമോ വേണ്ടയോ എന്ന് ഒരു നിമിഷം ആലോചിച്ചു.

ഞാൻ തിരിച്ചുചെന്ന് ഉറക്കെപ്പറഞ്ഞു: “വിശ്വാസവഞ്ചനചെയ്യാൻ ഞങ്ങൾ മനുഷ്യരല്ല. കാട്ടാളന്മാരാണ്. കാട്ടാളന്മാർക്ക് ചതിയറിയില്ല. അഗതികളെ ഉപദ്രവിക്കുന്നതും കാട്ടാളന്റെ ശീലമല്ല. പ്രത്യേകിച്ച് സ്ത്രീകളെ... എല്ലാവരെയും സംശയിക്കുന്നത് കെൽപ്പില്ലാത്ത ഭരണാധിപന്റെ ലക്ഷണമാണ്.”

അത് പറഞ്ഞു കഴിഞ്ഞപ്പോഴാണ് ഞാനോർത്തത് അങ്ങനെ പറയരുതായിരുന്നു. എന്തുതന്നെ ആയാലും അദ്ദേഹം എന്റെ അച്ഛന്റെ ജേഷ്ഠനാണ്.

ഞാൻ നാവുകടിച്ച് ചോരവരുത്തി. മൂന്ന് തുള്ളി ഭൂമിയിലൊഴുക്കി എന്റെ പാപം തീർത്തു.

ഞാൻ അതിവേഗം കുന്നിറങ്ങി. ഒരു മരച്ചില്ല പിടിച്ച് വില്ലുപോലെ വളച്ച് പാറക്കെട്ടിലേക്ക് കാലൂന്നുമ്പോൾ ഞാനൊന്നു തിരിഞ്ഞുനോക്കി.

അച്ഛൻ അദ്ദേഹത്തിന്റെ സഹോദരങ്ങളുമായി എന്തോ സംസാരിക്കുകയായിരുന്നു. വല്യച്ഛനോട് എന്തോ തർക്കിക്കുന്നതായി തോന്നി.

ഞാൻ വേഗത്തിൽ നടന്ന് വേത്രകന്റെയും രാക്ഷകീയന്റെയും മുന്നിലെത്തി.

പിറകിൽ നിന്ന് വേത്രകൻ വിളിച്ചു.

“ഘടോൽക്കചാ!”

ഒരു ഈറ്റിക്കൊമ്പിൽ പിടിച്ചുകൊണ്ട് ഞാൻ തിരിഞ്ഞുനിന്നു. വേത്രകൻ ഏതോ അത്ഭുത വസ്തുവിനെ കാണുന്നതുപോലെ എന്നെത്തന്നെ നോക്കി നിന്നു.

ഞാൻ ചോദിച്ചു “വേത്രകാ എന്താണിത്? നീയെന്നെ ആദ്യമായി കാണുകയാണോ?”

വേത്രകൻ പറഞ്ഞു: “അല്ല...പക്ഷേ ഇതുപോലെ മറ്റൊരാളെ ഞാനാദ്യമായിട്ടാണ് കണ്ടത്. ഘടോൽക്കചാ നീ തോളിൽ ചുമന്നുനടന്ന ആ മനുഷ്യന് നിന്റെ അതേ ഛായയാണ്. എന്നു പറഞ്ഞാൽ പോര അയാൾ നീ തന്നെയാണ്.”

മുറിഞ്ഞനാവിൽ നിന്ന് ഈറിക്കൂടിയ രക്തം തുപ്പിക്കളഞ്ഞശേഷം ഞാൻ പറഞ്ഞു. “അത് അങ്ങനെയേ വരൂ”

വേത്രകനും രാക്ഷകീയനും എന്നെത്തന്നെ നോക്കി.

ഞാൻ തുടർന്നെന്തെങ്കിലും പറയുമെന്നവർ കരുതി. പക്ഷേ ഞാനൊന്നും പറഞ്ഞില്ല.

കുടിലിലെത്തിയ ഉടൻ ഞാൻ രാക്ഷകീയനെ വിളിച്ചുചോദിച്ചു “രാക്ഷകീയ!.... മദ്യം മുഴുവനും നീ കുടിച്ചുതീർത്തോ?”

രാക്ഷകീയൻ രണ്ട് തോൽക്കുടം നിറയെ മദ്യം കൊണ്ടുവന്ന് എന്റെ മുന്നിൽ വെച്ചു. “തിന്നാനെന്തെങ്കിലും....?” അവൻ ചോദിച്ചു.

മദ്യക്കുടം കയ്യിലെടുത്തുവായിലേക്ക് ഒഴിക്കുന്നതിനിടയിൽ വേണ്ടെന്ന് ഞാൻ കൈകൊണ്ട് ആംഗ്യം കാണിച്ചു.

രണ്ട് കുടം മദ്യവും ഞാൻ കുടിച്ചുതീർത്തു. അസാധാരണമായ ഭാവവും ചേഷ്ടകളും കണ്ടിട്ടാകണം കുട്ടികളടക്കം എല്ലാവരും എനിക്കുചുറ്റും വന്നിരുന്നു.

കുറച്ചുസമയം തലതാഴ്ത്തിയിരുന്ന ശേഷം ഞാൻ പറഞ്ഞു: “വേത്രകാ! രാക്ഷകീയാ! കിർമീരാ! നമുക്കുടനെ പോകണം ഹിഡുംബവനത്തിലേക്ക്..... അമ്മയെ കാണണം.”

മഴക്കും തൊട്ടുമുമ്പേ വന്ന മിന്നൽപിണറിനൊപ്പം ചിതറിത്തെറിക്കുമ്പോലെ കവിളിലേക്ക് കണ്ണീർക്കണങ്ങൾ തെറിച്ചുവീണു. ഞാൻ കരയുകയാണെന്ന് എനിയ്ക്കുതന്നെ അറിയില്ലായിരുന്നു.

ഉള്ളിലമറിയ കൊടുങ്കാറ്റ് ശമിക്കുംവരെ ഞാൻ കരഞ്ഞു. മറ്റുള്ളവർ ഒന്നും പറയാനാകാതെ മുഖം തിരിച്ചിരുന്നു.

ചങ്കിൽ കഫത്തിന്റെ മാടപ്പിറാവുകൾ കുറുകി. ചിലമ്പിച്ച ശബ്ദത്തിൽ ഞാൻ പറഞ്ഞു: “ആരോരും തുണയില്ലാത്ത ഗർഭിണിയെ അവർ

കൊടുങ്കാട്ടിൽ ഉപേക്ഷിച്ചു പോയി..... സ്വന്തം രക്ഷയേ അവർ കണക്കാക്കിയുള്ളൂ."

ദിക്കറിയാത്ത കാട്ടിൽ വന്നുപെട്ട രാജാക്കന്മാർക്ക് എന്തൊക്കെ സഹായങ്ങളാണ് കാപട്യമറിയാത്ത ആ കാട്ടാളത്തി പെൺകുട്ടി ചെയ്തു കൊടുത്തത് എല്ലാം അവർ മറന്നുകളഞ്ഞു. അവർ ക്ഷത്രിയരാണുപോലും. ഉയർന്നവരാണുപോലും... രാജാക്കന്മാരാണുപോലും. അറിഞ്ഞുകൊണ്ട് മറക്കുക? ചിരിച്ചുകൊണ്ട് കൊല്ലുക! അതായിരിക്കുമോ രാജനീതി...

"കാട്ടാളത്തി നീചകുലത്തിൽ ജനിച്ചവളാണല്ലോ. അവൾ സ്നേഹം അർഹിക്കാത്തവളാണല്ലോ."

മദ്യം തലയ്ക്ക് പിടിച്ചിരിക്കുന്നു. വാക്കുകൾ വ്യക്തമാകുന്നില്ലെന്ന് എനിക്കുതന്നെ തോന്നിത്തുടങ്ങി. ബോധത്തിന്റെ നേർവഴിയിൽനിന്ന് വഴിതെറ്റി സഞ്ചരിക്കാൻ തുടങ്ങിയിരിക്കുന്നു.

നേരം പുലർന്നുവരുന്നു. മരക്കൊമ്പുകളിൽ പക്ഷികൾ ചിലച്ചുതുടങ്ങി. കണ്ണ് തിരുമ്മിയെഴുന്നേറ്റ് കുടിലിന്റെ മരച്ചുമരിൽ ചാരിയിരുന്നു. മദ്യത്തിന്റെ ലഹരി അപ്പോഴും തലച്ചോറിൽ മാന്തിക്കൊണ്ടിരുന്നു.

എനിക്ക് തൊട്ടടുത്തായി കിടന്നുറങ്ങുന്ന വേത്രകനും കിർമീരനും രാക്ഷകീയനും ബാലന്മാരും....ഞാനവരെത്തന്നെ നോക്കയിരുന്നു.

ഇന്നലെ, മദ്യത്തിന്റെ കുതിരപ്പുറത്ത് ഹിഡുംബവനത്തിലേക്ക് പാഞ്ഞവനാണ് ഞാൻ. എന്തുകൊണ്ടായിരിക്കും ഞാനവിടെ എത്താതിരുന്നത്? എന്താണ് സംഭവിച്ചതെന്ന് ഓർക്കാൻ ശ്രമിച്ചു. പക്ഷേ ഒന്നും വ്യക്തമായില്ല.

വേത്രകൻ ഉണർന്നു. വാരിപ്പുതച്ചിരുന്ന മൃഗത്തോൽ ഒരു ഭാഗത്തേയ്ക്കു ചുരുട്ടിവെച്ച് അവൻ നിലത്ത് പതിഞ്ഞിരുന്നു. എന്റെ കണ്ണിലേക്കും ചൂഴ്ന്നുനോക്കിക്കൊണ്ട് അവൻ ചോദിച്ചു. "ഘടോൽക്കചാ നീ ഇന്നലെ ഉറക്കത്തിൽ എന്തൊക്കെയാണ് വിളിച്ചു പറഞ്ഞത്?"

"ഞാനെന്താണ് പറഞ്ഞിരുന്നത്?" ഞാൻ ചോദിച്ചു. വേത്രകൻ പറഞ്ഞു: "ചതി, ചതി എന്ന് ഇടയ്ക്കിടെ പറയുന്നുണ്ടായിരുന്നു. ആരാണ് ചതിച്ചത്? ആരെയാണ് ചതിച്ചത്? ആരാണ് നിന്നെ ചതിച്ച ക്ഷത്രിയർ? ജീവിതത്തിൽ ആദ്യമായി ഇന്നലെ നമ്മൾ ഋഷഭകൂടത്തിന്റെ താഴ്വരയിൽ കണ്ട മനുഷ്യരാണോ?...... എങ്കിൽ പറയൂ ഞാനും രാക്ഷകീയനും കിർമീരനും ഇപ്പോൾത്തന്നെ താഴ്വരയിലേയ്ക്കു ചെല്ലാം. ഞങ്ങൾക്ക് ക്ഷണനേരം മതി അവരുടെ തലയറുത്ത് ദൂരെ കളയാൻ."

ഞാൻ ഒന്നും പറയാതെ തലതാഴ്ത്തിയിരുന്നു. വേത്രകൻ ചാടിയെഴുന്നേറ്റ് അമ്പും വില്ലും കൈക്കലാക്കി. വേത്രകൻ നാലടിമുമ്പോട്ട് നടന്നുകഴിഞ്ഞിരുന്നു. ഞാനെഴുന്നേറ്റ് അവനെ തടഞ്ഞുകൊണ്ടു പറഞ്ഞു.

"വേത്രകാ..... നിങ്ങൾക്കതിന് കഴിയില്ല."

വേത്രകൻ എന്റെ കൈയ്ക്കുപിടിച്ചുകൊണ്ട് ചോദിച്ചു, "ഘടോൽക്കചാ....... നീയിത്ര ഭീരുവാണോ? എന്റെയും രാക്ഷകീയന്റെയും ശക്തി നിനക്ക് അറിയാവുന്നതല്ലേ?"

ഞാൻ പറഞ്ഞു: "വേത്രകാ... അവരെ നിങ്ങൾക്കറിയില്ല.

അവരെ ജയിക്കുക അത്ര എളുപ്പമല്ല."

രാക്ഷകീയൻ ഇതൊക്കെ കേട്ടുകൊണ്ട് തൊട്ടു പിറകിൽ നിൽക്കുന്നുണ്ടായിരുന്നു. അവൻ എന്റെ വാക്കുകൾ കേട്ട് ഇടിവെട്ടുമാറുച്ചത്തിൽ പൊട്ടിച്ചിരിച്ചു. പിന്നെ പല്ലുഞെരിച്ചുകൊണ്ട് കുടിലിന് മുറ്റത്തെ കൂറ്റൻ കരിമ്പാറയിൽ മുഷ്ടിചുരുട്ടി ആഞ്ഞടിച്ചു. പാറഞെരിഞ്ഞ് തുണ്ടുകളായി അടർന്ന് വീണു.

രാക്ഷകീയൻ അവന്റെ കായബലം എന്നെ ബോധ്യപ്പെടുത്തിയതാണെന്നെനിയ്ക്ക് മനസിലായി.

ഞാൻ ഒതുങ്ങിച്ചിരിച്ചു.

"വേത്രകാ! രാക്ഷകീയാ! നിങ്ങളുടെ കരുത്തിന്റെ കാര്യത്തിൽ എനിക്കശേഷം സംശയമില്ല." ഞാൻ പറഞ്ഞു. "പക്ഷേ, ബദര്യാശ്രമത്തിന്റെ സമീപം കഴിയുന്ന അഞ്ച് പുരുഷന്മാരിൽ ഒരാളെയെങ്കിലും ജയിക്കാൻ ഇന്ദ്രനുപോലും കഴിയില്ല."

അവർ അഞ്ച് പുരുഷന്മാരല്ല....അഞ്ച് ഗുഹകളാണ് കൊടുങ്കാറ്റുറങ്ങുന്ന ഗുഹകൾ!"

എന്റെ വാക്കുകൾ അവരെ തെല്ലൊന്ന് അത്ഭുതപ്പെടുത്തി.

രാക്ഷകീയൻ ചോദിച്ചു, "എങ്കിൽ ആരാണവർ അറിയണമല്ലോ."

അവർക്ക് മുഖം കൊടുക്കാതെ മാറിനിന്നുകൊണ്ട് ഞാൻ പറഞ്ഞു: "അത് ഹസ്തിനപുരിയിലെ രാജാക്കന്മാർ, പാണ്ഡുപുത്രന്മാർ. സവ്യസാചിയായ അർജ്ജുനനെയോ മഹാബലവാനായ ഭീമസേനനെയോ നേരിടാൻമാത്രം നിങ്ങൾക്ക് കരുത്തില്ല."

ഭീമസേനൻ എന്ന പേരു പറഞ്ഞപ്പോൾ എന്റെ ചുണ്ടുകൾ വിറച്ചിരുന്നോ എന്ന് ഞാൻ സംശയിച്ചു.

വേത്രകൻ പറഞ്ഞു: "ഘടോൽക്കചാ നീ പറയുന്നത് കളവാണ്. രാജാക്കന്മാരായ പാണ്ഡവരെന്തിന് ഈ വനത്തിൽ അലഞ്ഞുനടക്കണം?... നായാട്ടിനോ ആശ്രമദർശനത്തിനോ ആണെങ്കിൽ സുന്ദരിയായ ആ സ്ത്രീയെന്തിന് കൂടെ വരണം?... ഘടോൽക്കചാ നിനക്ക് തെറ്റിയതാണ്....അല്ലെങ്കിൽ നിന്റെ വിഭ്രാന്തി"...

എനിക്ക് പെട്ടെന്ന് ദേഷ്യം വന്നു. ഞാൻ പറഞ്ഞു: "വേത്രകാ ആ സ്ത്രീ നിനക്കൊരു 'സ്ത്രീ' മാത്രമായിരിക്കും നിന്റെ കണ്ണിലെ കാമത്തിന്റെ ജ്വാല ഞാൻ കാണുന്നു....പക്ഷേ അവരെനിക്ക് അമ്മയാണ്. എന്നെ പ്രസവിക്കാത്ത അമ്മ!"

എന്റെ ശരീരമാസകലം വിറയ്ക്കുന്നുണ്ടായിരുന്നു. അടക്കിവെച്ച, പേരറിയാത്ത വികാരങ്ങൾ എന്നെ അസ്വസ്ഥനാക്കി. പുലർകാലത്തിന്റെ തണുപ്പിലും എനിക്ക് വിയർത്തു.

മുന്നിൽ കാട്ടുപോത്തിനെക്കണ്ട സിംഹത്തെപ്പോലെ ഒന്നു പതുങ്ങിയമർന്ന്....പിന്നെ ചുരമാന്തിക്കൊണ്ട് ഞാൻ രണ്ടടി പിറകോട്ട് വെച്ച ശേഷം വേത്രകനും രാക്ഷകീയനും നേരെ വിരൽ ചൂണ്ടിക്കൊണ്ട് ഞാൻ പറഞ്ഞു: "വേത്രകാ രാക്ഷകീയ! നിങ്ങൾക്കറിയുമോ? എന്റെ ഇടംതോളിലേറ്റി ഞാൻ ആ മനുഷ്യനെ മഹേന്ദ്രത്തിന്റെ നെറുകയിലേക്കു ചവിട്ടിക്കയറിയപ്പോൾ എനിക്ക്ഒന്ന് കിതയ്ക്കുകപോലും ചെയ്തില്ല. അറിയുമോ നിങ്ങൾക്കതിന്റെ കാരണം? പറയാം അതാണ്.....അതാണെന്റെ അച്ഛൻ! മഹാബലവാനായ ഭീമസേനൻ...പറ്റില്ല... പറ്റില്ല... നിങ്ങൾക്ക് ആ മനുഷ്യനെ തോൽപ്പിക്കാൻ... പത്തുകുടം നാഗരസം കുടിച്ച ഭീമസേനനെ കീഴ്പ്പെടുത്താൻ നിങ്ങൾക്കെന്നല്ല മഹേന്ദ്രപർവതത്തിന് കൊമ്പുകൾ മുളച്ച് ആനകൾ ആയാൽപ്പോലും പറ്റില്ല."

ഞാൻ തളരുന്നതുപോലെ തോന്നി. നാവ് കുഴഞ്ഞു. തൊണ്ട വരളുന്നതുപോലെ തോന്നി. ഞാൻ തുടർന്നു പറഞ്ഞു. "പക്ഷേ അവരിൽ മൂത്തയാൾ യുധിഷ്ഠിരരാജൻ...എന്റെ വലിയച്ഛൻ ...അയാളായിരുന്നു എന്റെ അമ്മയെ ഉപേക്ഷിക്കാൻ രാജമാതാവിനെ നിർബന്ധിച്ചത്....അത് ചതിയാണ്, ചതി... ഇന്നലെയും അയാൾ പറഞ്ഞു. കാട്ടാളർ ചതിക്കുമെന്ന്. കാട്ടാളരാണോ ക്ഷത്രിയരാണോ ചതിക്കുന്നവരെന്ന് ചോദിക്കാൻ ഞാൻ ഒരുങ്ങിയതാണ്. പക്ഷേ ഞാൻ ക്ഷമിച്ചു."

"ഇല്ല! എനിക്കത് ക്ഷമിക്കാൻ കഴിഞ്ഞിരുന്നില്ല.

കീഴാളന് എത്ര കരുത്തും കഴിവുമുണ്ടായാലും കീഴാളനെ വാക്കുകൊണ്ടെങ്കിലും അടിമയും നീചരുമാക്കാനാണവർക്ക് മോഹം."

തുടർന്നൊന്നും പറയാനാകാതെ ഞാൻ മുട്ടുകുത്തി നിലത്തിരുന്നു. വേത്രകനും രാക്ഷകീയനും ഒന്നും പറയാൻ കഴിയാതെ എന്റെ മുമ്പിൽ പതിഞ്ഞിരുന്നു.

ഞാൻ കുടിലിന്റെ മുമ്പിലെ പാറയിൽ കയറി മലർന്നുകിടന്നു. നേരിയ കാറ്റടിക്കുന്നുണ്ടായിരുന്നു. പേടിച്ചിട്ടെന്നപോലെ വിശപ്പ് എന്റെ അടുത്തൊന്നും വരാതെ മാറി നിന്നു.

കിടന്ന കിടപ്പിൽ ഞാൻ അമ്മയെയും അച്ഛനെയും ഓർത്തു. മാതാപിതാക്കളുടെ വാത്സല്യം നുകർന്ന് കൂടെ കഴിയുക....അതൊന്നും എനിക്കു വിധിച്ചിട്ടില്ലെന്ന് ഞാൻ കരുതി.

രാക്ഷകീയനും വേത്രകനും അവരുടെ പിതാക്കളെ കണ്ടിട്ടില്ലത്രെ.

മാതാപിതാക്കളുടെ വാത്സല്യം നുകർന്ന് അവരുടെ കൂടെ കഴിയാൻ കാട്ടാളർക്ക് യോഗമില്ലെന്നാവുമോ?

കാട്ടാളർ നീചവർഗമാണത്രെ!? കാട്ടാളർക്ക് സ്നേഹം നിഷിദ്ധമാണോ?

അങ്ങനെ ഓരോന്നാലോചിച്ച് കിടക്കുമ്പോൾ കുട്ടികൾ കലപില കൂട്ടുന്ന ശബ്ദം കേട്ട് ഞാൻ എഴുന്നേറ്റിരുന്നു.

വേത്രകൻ ഒരു തോൽക്കുടത്തിൽ മദ്യവും കനലിൽ ചുട്ടെടുത്ത പന്നിയിറച്ചിയുമായി വന്നു. എന്തെങ്കിലും കഴിക്കാൻ അവനെന്നെ നിർബന്ധിക്കുകയായിരുന്നു.

തോൽക്കുടം ഉയർത്തിപ്പിടിച്ച് കുറച്ച് മദ്യം ഞാൻ വായിലേക്കൊഴിച്ചു. ഒരു കഷ്ണം പന്നിമാംസം വായിലേക്കെടുത്തിട്ടപ്പോഴാണ് താഴ്വാരത്തിൽനിന്ന് രണ്ടുപേർ ഓടിവരുന്നത് കണ്ടത്.

അവർ പാറയ്ക്കു ചുവട്ടിൽനിന്നുകൊണ്ട് വേത്രകനെ വിളിച്ചു. ബദര്യാശ്രമത്തിനടുത്തുചെന്ന ഏതോ കാട്ടാളൻ പാണ്ഡവരുടെ കൂടെയുള്ള സ്ത്രീയെ ഉപദ്രവിക്കാൻ ശ്രമിച്ചത്രെ.

അത് കേട്ട് ഞാൻ ചോദിച്ചു.

"പുരുഷന്മാർ അടുത്തുണ്ടായിരുന്നില്ലേ?"

ആരും അടുത്തില്ലാത്ത തക്കം നോക്കിയാണെന്നവർ പറഞ്ഞു. എന്നെ കാണണമെന്ന് ദ്രൗപദിദേവി പറഞ്ഞത്രെ.

മറ്റൊന്നും ഞാനോർത്തില്ല. അമ്പും വില്ലും അരയിൽ കത്തിയുമായി ബദര്യശ്രമദേശം ലക്ഷ്യമാക്കി നടന്നു.

വേത്രകനും കിർമീരനും രാക്ഷകീയനും കൂടെ വരാൻശ്രമിച്ചപ്പോൾ ഞാനവരെ തടഞ്ഞുകൊണ്ട് പറഞ്ഞു.

"വേണ്ട....ഞാൻ മാത്രം മതി."

രാക്ഷകീയൻ പറഞ്ഞു: "ഘടോൽക്കചാ....സൂക്ഷിക്കണം ചിലപ്പോൾ ഇതും ചതിയായിരിക്കും മേലാളന്മാരുടെ ചതി".

ഞാനൊന്ന് തിരിഞ്ഞുനോക്കുക മാത്രം ചെയ്തു. അതിൽ ആജ്ഞയുടെ സ്വരമുണ്ടായിരുന്നു.

എന്നെ കണ്ടപ്പോൾ ദ്രൗപദിദേവി കരഞ്ഞു... അവരുടെ ശരീരത്തിൽ സ്പർശിക്കാൻ ശ്രമിച്ചവന്റെ ശരീരപ്രകൃതം പറഞ്ഞുകേട്ടപ്പോൾ എന്റെ ഊഹം ശരിയാണെന്നെനിക്കു തോന്നി. ജടൻ...ജടൻ തന്നെ. അത് മറ്റാരുമല്ലെന്ന് ഞാൻ ദേവിയോട് പറഞ്ഞു.

"ഭയപ്പെടരുത്....അത് ജടനാണ്. ജടൻ കാട്ടാളനല്ല. രാക്ഷസവർഗത്തിൽപ്പെട്ടവനാണ്. അവനെ കണ്ട് ഞാൻ കാര്യം പറഞ്ഞോളാം.."ഞാൻ പറഞ്ഞു.

ദേവിയെ ആശ്വസിപ്പിച്ച് ഞാൻ തിരിച്ചുപോന്നത് കുടിലിലേക്കല്ല. ഉൾവനത്തിലേക്ക് ഞാൻ കയറിപ്പോയി. അധികനേരം തെരയേണ്ടി വന്നില്ല.

കുന്നിന്റെ നെറുകയിൽ...നദിയുടെ പ്രഭവസ്ഥാനത്ത് കാട്ടുചില്ലകളൊടിച്ചിട്ട മെത്തയിൽ അവൻ കിടക്കുന്നുണ്ടായിരുന്നു.

എന്റെ മണംകിട്ടിയ ജടൻ ചാടിയെഴുന്നേറ്റു.

നാലോ അഞ്ചോ ശ്വാസസമയം മാത്രം...ഞാൻ തിരിച്ചു പോന്നു.

ബദര്യാശ്രമത്തിന്റെ പുറത്തെ വിശാലമായ പുൽത്തകിടിയിൽ നിവർത്തിയിട്ട കട്ടിൽപോലെ ഒന്നിൽ ഇരിക്കുകയായിരുന്നു ദ്രൗപദി ദേവി.

ഞാനവരോട് കൈനീട്ടാൻ പറഞ്ഞു. അവർ സ്നേഹപൂർവം കൈനീട്ടിയപ്പോൾ ഒരു ചെറിയ ഇലപ്പൊതി. ഞാൻ കയ്യിൽ കൊടുത്തു.

അവർ ചോദിച്ചു. "കുഞ്ഞേ ഘടോൽക്കചാ എന്താണീ പൊതിയിൽ? കാട്ടുപഴങ്ങളാണോ?"

ഞാനൊന്നും പറഞ്ഞില്ല. അവർ പൊതിയഴിച്ചപ്പോൾ ചെറുതായൊന്നു പരിഭ്രമിച്ചു. "ഇത്?....ഇത് ചോരപുരണ്ട ഒരു ഏലസല്ലേ?" അവർ ചോദിച്ചു.

ഞാൻ പറഞ്ഞു: "അതെ, ജടന്റെ കഴുത്തിൽ ഉണ്ടായിരുന്നതാണ്."

അവർ ആകാംക്ഷയോടെ എന്റെ മുഖത്തു നോക്കിക്കൊണ്ട് ചോദിച്ചു. "അപ്പോൾ ജടൻ?"

ഞാൻ പറഞ്ഞു: "ഇനി വരില്ല."

മറ്റൊന്നും പറയാൻ നിൽക്കാതെ ഞാൻ ആഞ്ഞുവലിഞ്ഞു നടന്നു.

കുടിലിലെത്തിയ എന്റെ ശരീരത്തിലെ ചോരക്കറ കണ്ടിട്ട് രാക്ഷകീയൻ ചോദിച്ചു. "മേലാകെ ചോരക്കറയുണ്ട്. നഖം കോറിയ പാടുകളും...എവിടെ വേട്ടമൃഗം?"

ഞാൻ പറഞ്ഞു: "കാട്ടിലുണ്ട്"

അവൻ ചോദിച്ചു "എന്തേ കൊണ്ടു വരാത്തത്?"

പച്ചില കൊണ്ട് വിയർപ്പും ചോരയും തുടയ്ക്കുന്നതിനിടയിൽ ഞാൻ പറഞ്ഞു: "രാക്ഷസന്റെ മാംസം കാട്ടാളർ ഭക്ഷിക്കാറില്ലല്ലോ."

രാക്ഷകീയൻ വിടർന്ന കണ്ണുകളോടെ ചോദിച്ചു. "അപ്പോൾ ഇതുവരെ കാടുകുലുക്കിയ ജടൻ?"

ഞാൻ പറഞ്ഞു "അവസാനിപ്പിച്ചു."

ഞങ്ങൾ ഹിഡുംബവനത്തിൽ തിരിച്ചെത്തി. പോരുന്നതിനുമുമ്പ് അച്ഛനെയും ദ്രൗപദിദേവിയെയും കാണണമെന്നുണ്ടായിരുന്നു.... കഴിഞ്ഞില്ല.

അവർ എങ്ങോട്ടുപോയി എന്ന് ആശ്രമവാസികൾക്കുപോലും അറിയില്ല.

തിരിഞ്ഞുനടക്കുമ്പോൾ അവർ താമസിച്ചിരുന്ന കുടിൽ ഒരിക്കൽക്കൂടി ഞാൻ തിരിഞ്ഞുനോക്കി....അച്ഛൻ?....

ഹിഡുംബവനം എന്റെ സ്വന്തമാണ്. ജനിച്ചുവളർന്ന സ്ഥലം. വേട്ടയാടിയും കാട്ടുചോലയിൽ മുങ്ങിക്കുളിച്ചും കഴിഞ്ഞിരുന്ന സ്ഥലം.

കാടിന്റെ മറ്റേ അതിർത്തിയിൽ കാവൽക്കാരായിരുന്നവരിൽ നാലഞ്ചുപേർ തിരിച്ചുവന്നു. അവരിൽ പ്രായം ചെന്ന ഒരാൾ എന്നെയും കൂട്ടി.

കാട്ടുചോലയ്ക്കപ്പുറം ആളൊഴിഞ്ഞ സ്ഥലത്തേക്ക് പോയി. അയാൾ സ്വകാര്യം പറഞ്ഞു:

"ഘടോൽക്കചാ ഹസ്തിനപുരിയിലെ പാണ്ഡവരും അവരുടെ പിതാവിന്റെ ജേഷ്ഠനായ ധൃതരാഷ്ട്രരുടെ മക്കളും തമ്മിൽ യുദ്ധം കുറിച്ചിരിക്കുന്നു.

വരുന്ന കൃഷ്ണപക്ഷം ദ്വിതീയനാൾ...കുരുക്ഷേത്രഭൂമിയിൽ! ഒരുക്കങ്ങൾ നടക്കുന്നു. കാട്ടാളപ്പടയെ അവർക്ക് വേണം...നീ പോകുന്നുണ്ടോ?"

ഞാൻ പറഞ്ഞു: "തീർച്ചയായും ....ഇതാണെന്റെ അവസരം. കാട്ടാളന്റെ അവസരം. എന്റെ പിതാവിന്റെ കുടുംബത്തെ രക്ഷിച്ചേ മതിയാകൂ. യുദ്ധം എനിക്ക് ആഘോഷമാണ്."

ഞാൻ ചാടി എഴുന്നേറ്റു. പിന്നെ ഒരു ഓട്ടമാണ്. വേത്രകനെയും രാക്ഷകീയനെയും കിർമീരനെയും ഞാൻ വിവരം ധരിപ്പില്ല.

ആയുധങ്ങൾ നിറച്ച വണ്ടികൾ ഒരുങ്ങി. ചാവാനും കൊല്ലാനും മടിയില്ലാത്ത കാട്ടാളപ്പരിഷ തയ്യാറെടുത്തു.

അമ്മയോട് വിവരം പറഞ്ഞ് ഞാൻ കാൽക്കൽ നമസ്ക്കരിച്ചു. അമ്മയുടെ മുഖത്തേക്കും ഞാൻ നോക്കിയില്ല. എനിക്കറിയാം കണ്ണുകൾ നിറഞ്ഞിരിക്കും.

തിരിഞ്ഞുനിന്നപ്പോൾ പിറകിൽനിന്ന് ഒരുവാചകം ഞാൻ കേട്ടു "അച്ഛനെ കാണണം....കാൽക്കൽ നമസ്ക്കരിക്കണം."

ഞാൻ തലയാട്ടുക മാത്രം ചെയ്തു...

മെരുക്കിയെടുത്ത കാട്ടുപോത്തുകളെ കെട്ടിയ വണ്ടികൾ!

ഒന്നല്ല...ഒരായിരം! മലയിറങ്ങി...താഴ്വാരങ്ങളിലേക്കും.

ഇരുളിന്റെ ചോരക്കണ്ണുകൾപോലെ ഓടലെണ്ണ നിറച്ച തീപ്പന്തങ്ങൾ ജ്വലിച്ചു.

ഞാൻ അകലെനിന്ന് കുരുക്ഷേത്രഭൂമിയെ നോക്കി നിന്നു. ചുടുചോരയ്ക്കും ചിതറിയ മാംസത്തിനുമായി കൊതിയോടെ വാപിളർന്നിരിക്കുന്ന യുദ്ധഭൂമി!.....

പാണ്ഡവർക്കും കൗരവർക്കുമായി പണിതീർത്തിരിക്കുന്ന ശിബിരങ്ങളിൽ യോദ്ധാക്കളും പരിചാരകരും വന്നുനിറയുകയാണ്.

യുദ്ധഭൂമിയിൽ ചുഴറ്റിയടിച്ച ചെറുകാറ്റ് പൊടിമണ്ണ് വാരിക്കളിച്ചു. മങ്ങിയ വെയിൽ നാളത്തിൽ സ്വർണധൂളിപോലെ അത് മേലോട്ടുയർന്നു.

ഞാൻ വേത്രകനെ വിളിച്ചു. അവനതു കേട്ടില്ലെന്ന് തോന്നുന്നു. കാട്ടാളർക്ക് താമസിക്കാനുള്ള കുടിലുകൾ കെട്ടുന്ന തെരക്കിലാണവൻ.

രാത്രികാലങ്ങളിലും യുദ്ധമുണ്ടാകുമെന്ന് രാക്ഷകീയനാണ് പറഞ്ഞത്. ധർമയുദ്ധത്തിന്റെ നിയമാവലികളറിയാത്ത ഞാൻ അതിശയിച്ചു.

കുടിൽ പണിയാൻ കൊണ്ടുവന്ന ഈറ്റപ്പുല്ലിന്റെ കെട്ടിൽ മലർന്നു കിടന്നപ്പോൾ ഞാനോർത്തു.

കാട്ടാളന് യുദ്ധം രാത്രിയിലാണ് നല്ലത്. ഇരുട്ടിന്റെ താഴ്വരയിൽ കൊന്നൊടുക്കാൻ എളുപ്പമാണ്.

കൈത്തണ്ടയിലെ ഞരമ്പുകൾ പിടയ്ക്കാൻ തുടങ്ങി. ഞാൻ എഴുന്നേറ്റിരുന്നു.

ഒന്നാം ദിവസത്തെ യുദ്ധത്തിൽ കാര്യമായൊന്നും ചെയ്യാൻ കഴിഞ്ഞില്ല. വെറുതെ ചില ആക്രോശങ്ങളും പരസ്പരം വീമ്പുപറയലും ദിക്കറിയാത്ത ഓട്ടവും മാത്രം.

സൂര്യാസ്തമയത്തോടെ യുദ്ധം അവസാനിപ്പിച്ച് യോദ്ധാക്കൾ ശിബിരങ്ങളിലേക്ക് മടങ്ങി.

കറുത്തുമെലിഞ്ഞ് നീളംകൂടിയ ഒരാൾ എന്റെ അച്ഛന്റെ തോളിൽ കൈവെച്ച് എന്തോ പറഞ്ഞുചിരിക്കുന്നു.

നേരിയ നിലാവെളിച്ചത്തിൽ അയാളുടെ കഴുത്തിലെ മുത്തുമാലയും മുടിക്കെട്ടിൽ തിരുകിവെച്ച മയിൽപ്പീലിയും ഞാൻ കണ്ടു. മയിൽപ്പീലി കണ്ടപ്പോൾ ഞാനുറപ്പിച്ചു. അതായിരിയ്ക്കും എല്ലാവരും പറഞ്ഞുപുകഴ്ത്തുന്ന കൃഷ്ണൻ. അച്ഛന്റെ സമീപം നിൽക്കുമ്പോൾ അയാൾ അച്ഛന്റെ ഒരു ചെറുവിരലോളമേ വരൂ എന്നെനിക്ക് തോന്നി.

എന്നിട്ടും അയാളെക്കൊണ്ട് എന്തൊക്കെ കഥകളാണ് ജനങ്ങൾ പറഞ്ഞുണ്ടാക്കുന്നത്. വേത്രകൻ കൃഷ്ണനെക്കുറിച്ച് പറഞ്ഞുകേട്ടപ്പോൾ ഇതൊന്നുമല്ല ഞാൻ കരുതിയത്!

കുടിലിനകത്തിരുന്ന് ഭക്ഷണം കഴിക്കുന്നതിന്നിടയിൽ അടുത്തദിവസത്തെ യുദ്ധത്തിനാവശ്യമായ തന്ത്രങ്ങൾ മെനയുകയായിരുന്നു രാക്ഷകീയൻ.

ദുര്യോധനന്റെയും ദുശ്ശാസനന്റെയും ആക്രോശങ്ങൾ രാക്ഷസീയമാണെന്നവൻ പറഞ്ഞു. ഇളയച്ഛൻ അർജ്ജുനന്റെ അസ്ത്രപാടവം കണ്ട് വേത്രകൻ അത്ഭുതപ്പെട്ടു.

ഞാനെല്ലാം കേട്ടിരുന്നു. വേത്രകൻ എന്തോ ഓർത്തെടുത്തപോലെ ചോദിച്ചു. "ഘടോൽക്കചാ നീ ....അച്ഛനെ ചെന്ന് കണ്ടിരുന്നോ?"

ൃഞാൻ പറഞ്ഞു: "ഇല്ല...ചണ്ഡാളനായ ഈ മകനെ മറ്റുള്ളവർ തിരിച്ചറിയുമ്പോൾ അച്ഛനൊരു മാനക്കേട് വരണ്ടെന്ന് കരുതി... പക്ഷേ ഒരാളെ കാണാൻ ഞാനാഗ്രഹിച്ചിരുന്നു... പക്ഷേ കണ്ടില്ല."

"അന്ന് മഹേന്ദ്രത്തിൽ കണ്ട സ്ത്രീയെയാണോ?.......

എന്തായിരുന്നു അവരുടെ പേര്?" വേത്രകൻ ചോദിച്ചു.

ഞാൻ പറഞ്ഞു: "വേത്രകാ നീ ഉദ്ദേശിച്ചത് ദ്രൗപദീദേവി ആയിരിയ്ക്കും. പക്ഷേ ഞാൻ അന്വേഷിച്ചത് അച്ഛമ്മയെ ആണ്. രാജമാതാവ് കുന്തിദേവിയെ."

രാക്ഷകീയൻ പറഞ്ഞു: "അവരെയാണോ.... അവർ ശിബിരങ്ങളിലൊന്നുമില്ല. കുറച്ചകലെ ഒരു പർണശാലയിലാണ്..... ഭർത്താവിന്റെ അനുജന്റെ കൂടെയാണ് താമസം.... എനിക്കയാളുടെ പേരറിയില്ല."

ഞാൻ പറഞ്ഞു: "എനിക്കറിയാം. അമ്മ പറഞ്ഞുകേട്ടിട്ടുണ്ട്..... വിദുരർ!"

വേത്രകൻ പറഞ്ഞു: "എങ്കിൽ നീ ഇപ്പോൾ തന്നെ പോകൂ... വേണമെങ്കിൽ ഞാനും വരാം."

അകത്ത് വിദുരരില്ലെന്ന് തോന്നി. വലിയച്ഛൻ യുധിഷ്ഠിരനും കൃഷ്ണനുമാണ് അച്ഛമ്മയോട് സംസാരിക്കുന്നത്.

ഞാനും വേത്രകനും ഇലവുമരത്തിന്റെ മറവിലേക്ക് മാറി നിന്നു. അകത്തെ നേരിയ വെളിച്ചത്തിൽ ഞങ്ങൾക്ക് അവരെ കാണാമായിരുന്നു....

അച്ഛമ്മയെ കാണുന്നത് മറ്റാരുമില്ലാത്തപ്പോൾ വേണം. ഞങ്ങൾ മരച്ചുവട്ടിൽ കാത്തിരുന്നു.

"എന്തായാലും അവൻ നീചവർഗത്തിൽ ജനിച്ചവനാണ്....കാട്ടാളൻ! വിശ്വസിക്കാൻ പറ്റില്ല. വന്നത് പാണ്ഡവരെ സഹായിക്കാനാവാം..രാത്രി യുദ്ധത്തിൽ അവൻ മൃത്യുദേവതയ്ക്കൊപ്പം നൃത്തം ചെയ്യുന്നതു കാണാം. പക്ഷേ ഇനി നീട്ടിക്കൊണ്ടുപോയ്ക്കൂടാ..... അവനെ നമ്മൾ തന്നെ വധിക്കണം.

അവൻ ഭീമസേനന്റെ മകനാണെന്നത് സത്യം. എന്നാലും കാട്ടാളൻ കാട്ടാളൻ തന്നെയാണ്."

വല്യച്ഛൻ എന്നെ ഉദ്ദേശിച്ചാണ് പറയുന്നതെന്ന് മനസിലായി. എന്റെ ശരീരം തളരുന്നതുപോലെ തോന്നി.

എല്ലാ വിശ്വാസങ്ങളും ചോർന്നുപോകുകയായിരുന്നു.

ഇരുട്ടിന്റെ മറവിൽനിന്ന് ഞാൻ അകത്തേക്ക് ഒളിഞ്ഞുനോക്കി. കൃഷ്ണൻ എഴുന്നേറ്റുനിൽക്കുകയാണ്. അയാൾ പറഞ്ഞു: "യുധിഷ്ഠിരൻ പറഞ്ഞതാണ് ശരി. ഘടോൽക്കചനെ വധിച്ചേ പറ്റൂ....നാളത്തെ യുദ്ധത്തിൽ തന്ത്രപൂർവം അവനെ ഞാൻ കർണന്റെ മുമ്പിലെത്തിക്കും....

ഘടോൽക്കചനെ വധിക്കാൻ കർണന് വൈജയന്തിതന്നെ ഉപയോഗിക്കേണ്ടിവരും...എങ്കിൽ അർജുനൻ രക്ഷപ്പെടും. കർണ്ണൻ അർജുനനുവേണ്ടി മാറ്റിവെച്ചതാണത്."

വേത്രകൻ എന്നെത്തന്നെ നോക്കി...അവന്റെ കണ്ണുകൾ നിറഞ്ഞിരുന്നു. അവൻ എന്റെ തോളിൽ കൈവച്ചുകൊണ്ടുപറഞ്ഞു: "സാരമില്ല ഇവർക്കൊന്നും സ്നേഹത്തിന്റെ വിലയറിയില്ല. മേൽജാതിക്കാരൻ ആരായാലും അവന്റെ സ്വഭാവം കാണിയ്ക്കും. അവന് കരുണയില്ല. സ്നേഹമില്ല. വിശ്വാസമില്ല. ബന്ധങ്ങളില്ല. അവന്റെ മുമ്പിൽ അധികാരം മാത്രമാണുള്ളത്."

ഞാൻ നിശ്ചലനായി നിന്നു. അച്ഛമ്മ ഇടറിയ സ്വരത്തിൽ വല്യച്ഛനോട് ചോദിച്ചു. "യുധിഷ്ഠിരാ....നീ ഇത്ര ക്രൂരനാണോ? എന്റെ പേരക്കുട്ടികളിൽ മൂത്തവനാണ് ഘടോൽക്കചൻ...അവൻ ധീരനും കരുത്തനുമാണ്. യുദ്ധം ജയിച്ച് ഹസ്തിനപുരം നിങ്ങൾക്ക് തിരിച്ചുകിട്ടിയാൽ കാട്ടാളനായ ഘടോൽക്കചൻ നിന്റെ സിംഹാസനം തട്ടിപ്പറിക്കുമെന്ന് നീ കരുതുന്നുണ്ടോ? ന്യായപ്രകാരം അവനാണല്ലോ വരും തലമുറയിലെ അവകാശി യുധിഷ്ഠിരാ...നീ ദുഷ്ടനാണ്....നീചനാണ് ധർമപുത്രർ എന്ന പേര് നിനക്ക് യോജിച്ചതല്ല....പോ.....പോ എന്റെ മുമ്പിൽ നിന്ന്...."

വല്യച്ഛനും കൃഷ്ണനും ഇരുട്ടിലേക്കിറങ്ങി.

ഞാൻ അച്ഛമ്മയുടെ അടുത്തേക്ക് നടക്കാൻ തുടങ്ങുമ്പോൾ വേത്രകൻ എന്നെ ബലമായി തടഞ്ഞുകൊണ്ട് പറഞ്ഞു. "വേണ്ട"

ഞങ്ങൾ തിരിച്ചുനടന്നു. നടക്കുമ്പോൾ ഞാൻ വേത്രകനോട് പറഞ്ഞു: "വേത്രകാ! യുധിഷ്ഠിരരാജൻ ഇപ്പോൾ എന്റെ അച്ഛന്റെ

ജേഷ്ഠനല്ല...എന്റെ അച്ഛന്റെയും അയാളുടെയും സിരകളിലോടുന്ന രക്തം ഒരേ ഇനമല്ല....തീർച്ച...."

യുധിഷ്ഠിരൻ എന്നോ കൊതിച്ച സിംഹാസനം കയ്യെത്തുംദൂരത്ത് എത്തിയിരിക്കുന്നു...അയാൾ ബന്ധുവല്ല, വ്യക്തിയാണ്....ഒരു വ്യക്തി മാത്രം!

നാളെ ഞാൻ കർണ്ണനെ നേരിടും...ആരുടെയും തന്ത്രമില്ലാതെ തന്നെ....

വൈജയന്തി ഞാൻ നെഞ്ചിലേക്ക് ഏറ്റുവാങ്ങും....അതെന്റെ നിയോഗം...അതെന്റെ കടമ...അത് കാട്ടാളന്റെ ധർമം...അച്ഛനുവേണ്ടി മകന്റെ കർമം!"

വേത്രകന്റെ കണ്ണീർ തുടച്ചുകൊണ്ട് ഞാൻ പറഞ്ഞു.

"അരുത് കാട്ടളൻ ധീരനാണ്....കാട്ടാളന് കണ്ണീരില്ല."

2

പെരുവിരൽ ദക്ഷിണ

"**ആ**ചാര്യൻ സമ്മതിച്ചിരിക്കുന്നു."

ഉദ്യാനത്തിലേക്ക് ഓടിവന്നുകൊണ്ട് സഹദേവൻ പറഞ്ഞു.

ആഹ്ലാദം സഹിക്കാൻ കഴിയാതെ അവൻ കൈകൊട്ടിച്ചിരിക്കുകയും തലയ്ക്കുമീതെ ചാഞ്ഞുനിന്ന ദേവദാരുക്കൊമ്പിൽ തൂങ്ങിയാടിക്കൊണ്ടിരിക്കുകയും ചെയ്തു.

വീണുകിടക്കുന്ന ഒരു പടുമരത്തടിയിൽ കാലിന്മേൽ കാൽകയറ്റിവെച്ച് സിംഹാസനത്തിലെന്നപോലെ യുധിഷ്ഠിരൻ തൊട്ടപ്പുറത്തുതന്നെ ഇരിക്കുന്നുണ്ടായിരുന്നു. അയാൾ ഗാഢമായി എന്തോ ആലോചിക്കുന്നതുപോലെ അകലങ്ങളിലെവിടെയോ കണ്ണുനട്ടിരിക്കുകയായിരുന്നു.

"പിന്നെയെന്തിന് കാത്തിരിക്കണം. നമുക്കിപ്പോൾത്തന്നെ വനത്തിലേക്ക് പുറപ്പെടാം. ഞാൻ ചെന്ന് അമ്മയോട് പറയട്ടെ."

എന്നു പറഞ്ഞുകൊണ്ട് നകുലൻ അവന്റെ അമ്പും വില്ലും മരത്തടിയിൽ ചാരിവെച്ചശേഷം കൊട്ടാരത്തിനകത്തേക്ക് നടന്നു.

കൈകൾ രണ്ടും ഇരുവശത്തുമായി ഇടുപ്പെല്ലിൽ താങ്ങിവച്ച് ഇടതുകാൽ ഉദ്യാനത്തിന്റെ കൽപ്പടവിലേക്ക് ഉയർത്തിവെച്ച് നെഞ്ചുയർത്തിനിന്നുകൊണ്ട് ഭീമസേനൻ സഹദേവനോട് പറഞ്ഞു:

"കാട്ടരുവിയിൽനിന്ന് വെള്ളം കോരിയെടുക്കാനുള്ള തോൽക്കുടങ്ങളും എടുത്തോളൂ. വേട്ട മൃഗങ്ങളെ ചുട്ടുതിന്നുമ്പോൾ വെള്ളം കുടിക്കണമല്ലൊ."

അകത്തേക്കു പോകാനൊരുങ്ങിയ സഹദേവൻ രണ്ടടി നടന്നശേഷം തിരിഞ്ഞുനിന്ന് നേരിയ ഒരു ചിരിയോടെ ചോദിച്ചു.

"ജ്യേഷ്ഠന് പ്രിയപ്പെട്ട മറ്റെന്തെങ്കിലും വേണോ?"

അതിന്റെ അർഥം മനസിലാക്കിയ അർജുനൻ പറഞ്ഞു. "അതിന്റെ കുറവുകൊണ്ട് ജ്യേഷ്ഠന്റെ ശൗര്യം കുറഞ്ഞുപോകണ്ട. അഞ്ചോ

പത്തോ വലിയ തോൽക്കുടങ്ങളിൽത്തന്നെ ആയിക്കോട്ടെ. കുടം ചുമക്കാനും ആയുധങ്ങളെടുക്കാനും രണ്ട് സേവകരെയും കൂട്ടിക്കോളൂ."

വില്ലും ആവനാഴിയും മാറോടുചേർത്ത് അർജ്ജുനൻ അതിനെ തുരുതുരാ ചുംബിക്കുകയും എന്തൊക്കെയോ പിറുപിറുക്കുകയും ചെയ്തുകൊണ്ടിരുന്നു.

ആദ്യസമാഗമത്തിൽ പ്രണയിനിയെ തഴുകുന്ന ആ ഭാവമായിരുന്നു അപ്പോൾ അർജ്ജുനന്റേത്.

അർജ്ജുനനെത്തന്നെ നോക്കിക്കൊണ്ടിരുന്ന യുധിഷ്ഠിരൻ പറഞ്ഞു.

"അർജ്ജുനാ നമ്മൾ നായാട്ടിനാണ് പോകുന്നത് സ്വയംവരത്തിനല്ല."

അർജ്ജുനൻ അതുകേട്ടതായി നടിച്ചില്ല. അയാൾ അമ്പും വില്ലും ചേർത്തുപിടിച്ചുകൊണ്ട് കുറെനേരം അങ്ങോട്ടുമിങ്ങോട്ടും നടന്നുകൊണ്ടിരുന്നു.

യുധിഷ്ഠിരൻ അസഹ്യതയോടെ പറഞ്ഞു: "എനിക്കീ കോമാളിത്തം സഹിക്കാനാവുന്നില്ല."

യുധിഷ്ഠിരന്റെ അടുത്തേക്ക് ചെന്നിട്ട് ഭീമസേനൻ സാവധാനം പറഞ്ഞു: "നിയന്ത്രിക്കാനും ശാസിക്കാനും ഗുരുനാഥനോ കുടുംബാംഗങ്ങളോ കൂടെയില്ലാത്ത ആദ്യത്തെ നായാട്ടാണ്.....

പാണ്ഡവർ തനിച്ച് ആദ്യത്തെ നായാട്ട്!...

ഇത് ചിലപ്പോൾ ഒരു തുടക്കം മാത്രമായിരിക്കും. പാർത്ഥന്റെ വില്ല് അവന്റെ കാമുകി തന്നെയാണ്."

"എന്തു വേണമെങ്കിലും ചെയ്യട്ടെ, തടയണ്ട." യുധിഷ്ഠിരൻ മറുപടിയൊന്നും പറഞ്ഞില്ല. അയാൾ എഴുന്നേറ്റ് കൊട്ടാരത്തിലേക്കു നടന്നു.

തോൽക്കുടങ്ങളും മദ്യംനിറച്ച പാത്രങ്ങളും കയറും ആയുധങ്ങളുമായി സേവകരും നകുലസഹദേവന്മാരും ഉദ്യാനത്തിലേക്ക് വരുന്നുണ്ടായിരുന്നു.

നകുലൻ യുധിഷ്ഠിരനോട് ചോദിച്ചു. "ജ്യേഷ്ഠൻ നായാട്ടിന്ന് വരുന്നില്ലേ?"

യുധിഷ്ഠിരൻ പറഞ്ഞു: "ഞാനാണല്ലോ മൂത്തപാണ്ഡവൻ. പാണ്ഡവരുടെ ആദ്യ നായാട്ടിന് ഞാനായിട്ടെന്തിന് വരാതിരിക്കണം. പക്ഷേ എനിക്ക് അമ്മയോട് അനുവാദം വാങ്ങണം."

സഹദേവൻ പറഞ്ഞു: "അമ്മയും ഗുരുനാഥനും സമ്മതിച്ചിരിക്കുന്നു."

"സമ്മതം മാത്രം പോര, അനുഗ്രഹംതന്നെ വേണം. അത് ഒരു ചെറിയ നായാട്ടായാലും അശ്വമേധമായാലും ശരി."

യുധിഷ്ഠിരൻ തിരിഞ്ഞുനോക്കാതെയാണത് പറഞ്ഞത്.

നടന്നകലുന്ന യുധിഷ്ഠിരനെ നോക്കിനിന്ന അനുജന്മാരുടെ മുഖത്ത് അക്ഷമ നിഴലിക്കുന്നുണ്ടായിരുന്നു.

ദേഷ്യമടക്കാനായി ഭീമസേനൻ ഒരു കൂവളക്കൊമ്പ് വലിച്ചുപൊട്ടിച്ച് അതിന്റെ ചെറുശാഖകൾ ചീന്തിയെടുത്ത് നിലത്ത് വലിച്ചെറിയാൻ തുടങ്ങി.

അർജ്ജുനൻ ആവനാഴിയിൽനിന്ന് അസ്ത്രങ്ങൾ ഓരോന്നോരോന്നായെടുത്ത് അഗ്രഭാഗത്ത് വിരലോടിച്ചുകൊണ്ട് മൂർച്ച പരിശോധിക്കാൻ തുടങ്ങി.

സേവകർ തോൽക്കുടങ്ങളും ആയുധങ്ങളും കയറിൽ കെട്ടിയൊതുക്കി തോളുവഴി പിന്നിലേക്ക് തൂക്കിയിട്ടു.

സമയം ഏറെക്കഴിഞ്ഞാണ് യുധിഷ്ഠിരൻ തിരിച്ചെത്തിയത്. മുഖത്തെ വിരസത അപ്പോഴും മായാതെ കിടക്കുന്നുണ്ടായിരുന്നു.

അനുജന്മാരുടെ അടുത്തെത്തിയ യുധിഷ്ഠിരൻ പൊടുന്നനെ പറഞ്ഞു: "എങ്കിൽ പുറപ്പെട്ടോളൂ.... പക്ഷേ അമ്മയും ഗുരുവും പറഞ്ഞ ഒരു വാക്കുണ്ട്." അയാൾ പാതിപറഞ്ഞ് നിർത്തിയപ്പോൾ നകുലൻ ചോദിച്ചു.

"എന്താണ് ജേഷ്ഠാ ഗുരുവും മാതാവും പറഞ്ഞത്?"

യുധിഷ്ഠിരൻ പറഞ്ഞു: "അതിങ്ങനെയാണ്....കാടിന് കരുണയുണ്ട്. എന്നാൽ എല്ലാ നേരത്തുമില്ല."

എല്ലാവർക്കും ചിരി വന്നെങ്കിലും ആരും ഒന്നും പറഞ്ഞില്ല.

നീളൻ വടികൾകൊണ്ട് കുറ്റിച്ചെടികളും കാട്ടുവള്ളികളും കരിയിലകളും വകഞ്ഞുമാറ്റിക്കൊണ്ട് സേവകർ മുമ്പേ നടന്നു.

തൊട്ടുപിറകിൽ യുധിഷ്ഠിരനും... പിന്നെ ഭീമസേനനും അർജ്ജുനനും നകുല സഹദേവന്മാരും.

ഹസ്തിനപുരത്തിലെ മുതിർന്ന രാജാക്കന്മാരുടെ കൂടെ നായാട്ടിനു പോയി കാടിന്റെ മുഖവും മനസും അറിഞ്ഞവരാണ് സേവകർ രണ്ടു പേരും.

ചെങ്കുത്തായ മലവഴികൾ കയറുന്നതിന്നിടയിൽ ഒരിടത്ത് വടിയൂന്നി നിന്ന് തിരിഞ്ഞുനോക്കിക്കൊണ്ട് സേവകൻ പറഞ്ഞു:

"കാട്ടിൽ നേരത്തേ ഇരുട്ട് വീഴും....ഇനിയും അരയോജന നടന്നാൽ ഉൾക്കാടിന്റെ മുഖപ്പിലെത്തും... ഇരുട്ടിൽ ഒന്നും കാണാൻ കഴിയില്ല... കൂട്ടിലടങ്ങാത്ത കാട്ടുമൃഗങ്ങളുടെ ആക്രമണമുണ്ടായേക്കും.....ഓർക്കാപ്പുറത്തുള്ള ആക്രമം തടുക്കാനാവില്ല......"

സേവകരിൽ രണ്ടാമത്തെ ആൾ പറഞ്ഞു: "കുറച്ചുകൂടി നടന്നാൽ മലമടക്കിൽ ഒരു തടാകമുണ്ട്. അതിന്റെ കരയിൽ പണ്ടെപ്പോഴോ മഹർഷിമാർ ഉപയോഗിച്ചിരുന്ന കാട്ടുപുല്ല് മേഞ്ഞ ആശ്രമങ്ങളുണ്ട്... ഇന്ന് രാത്രി അവിടെ കഴിച്ചുകൂട്ടാം."

ഭീമസേനൻ പറഞ്ഞു: "വേഗം നടന്നോളൂ. ഇന്നുരാത്രി ഒരാശ്രമജീവിതം." അതുപറയുമ്പോൾ അയാൾ ചെറുതായി ചിരിക്കുന്നുണ്ടായിരുന്നു.

"പക്ഷേ എനിക്ക് വിശപ്പുമാറ്റാൻ കിളികൾ തിന്നുന്ന ചെറുപഴങ്ങളോ കുരങ്ങന്മാർ തിന്നുന്ന കാട്ടുകിഴങ്ങുകളോ പോരാ. കുറഞ്ഞത് ഒരു കാട്ടാടെങ്കിലും വേണം."

ഇടയ്ക്കിടെ തിരിഞ്ഞുനോക്കിക്കൊണ്ട് നടക്കുന്നതിനിടയിൽ സേവകൻ പറഞ്ഞു: "തൊട്ടടുത്ത കുറ്റിക്കാട്ടിൽ ഒന്ന് പരതിക്കോളൂ സാമർഥ്യമുണ്ടെങ്കിൽ ചെറുതെങ്കിലും ഒന്നിനെ കിട്ടാതിരിക്കില്ല."

ചുട്ടെടുത്ത കാട്ടാടിന്റെ തുടയിറച്ചി ചവയ്ക്കുന്നതിനിടയിൽ ഭീമസേനൻ പറഞ്ഞു: "മാംസ ഭക്ഷണത്തിന് പറ്റിയ സ്ഥലമാണ്....ആശ്രമം!" പാതിവച്ച ഇറച്ചിക്കഷണം കുത്തനെ ഇറക്കിയശേഷം അയാൾ തോൽക്കുടത്തിലെ മദ്യമെടുത്ത് അൽപ്പം വായിലേക്കൊഴിച്ചു.

പച്ചിലകൾ ഞെരിച്ചൊതുക്കി കൈയും മുഖവും തുടച്ചശേഷം നകുലനും സഹദേവനും ആകാശത്തിൽ അങ്ങിങ്ങ് കാണുന്ന നക്ഷത്രങ്ങളെ നോക്കിയിരുന്നു.

യുധിഷ്ഠിരൻ മേൽമുണ്ട് ഉണക്കപ്പുല്ലിന്ന് മേൽവിരിച്ച് അതിൽ മലർന്നുകിടന്ന് കണ്ണുകളടച്ചു.

അർജുനൻ വില്ലും ആവനാഴിയും മടിയിൽ വിലങ്ങനെ വെച്ച് എന്തോ ധ്യാനിക്കുകയായിരുന്നു.

ഭീമസേനൻ തൊട്ടപ്പുറത്തെ മരച്ചുവട്ടിൽ ചെന്ന് മരത്തടിയിൽ പുറം ചാരി കാലുകൾ നീട്ടിവെച്ചിരുന്ന് രണ്ടുമൂന്നു തവണ തുടർച്ചയായി ഏമ്പക്കം വിട്ടശേഷം സേവകനോട് ചോദിച്ചു. "ഇതേതാണ് സ്ഥലം?"

സേവകൻ പറഞ്ഞു: "നിഷാദരാജാവായ ഹിരണ്യധനുസിന്റെ ഭരണപരിധിയിൽപെട്ട സ്ഥലമാണിത്."

പാതിമയക്കത്തിൽനിന്ന് ഞെട്ടിയെഴുന്നേറ്റ യുധിഷ്ഠിരൻ പറഞ്ഞു: "നിഷാദർ മായാവികളാണ്. മാനായോ മാടായോ ചിലപ്പോൾ മോഹിനിയായോ വന്ന് ഉപദ്രവിച്ചേക്കും..... സൂക്ഷിക്കണം."

ധ്യാനംകഴിഞ്ഞ് എഴുന്നേറ്റ അർജുനൻ പറഞ്ഞു: "ജ്യേഷ്ഠൻ ഭയപ്പെടണ്ട, ഞാനും ഭീമസേനനും ഉറങ്ങുന്നില്ല."

നേരം പുലർന്നപ്പോൾ പാണ്ഡവർ വനത്തിനുള്ളിലേക്ക് കടന്നു.... പാണ്ഡവർക്ക് നായാട്ട് ആഘോഷമായി തോന്നി.

അർജുനന്റെ വില്ലിന്റെ ഞാണൊലി കേട്ട് മൃഗങ്ങൾ നാലു ഭാഗത്തേക്കും ഓടാൻ തുടങ്ങി... പാണ്ഡവരുടെ കൂടെയുണ്ടായിരുന്ന പട്ടികൾ ഉച്ചത്തിൽ കുരച്ചുകൊണ്ട് മൃഗങ്ങൾക്കുപിന്നാലെ ഓടിക്കൊണ്ടിരുന്നു.

ഓർക്കാപ്പുറത്ത് ഭീമസേനന്റെ മുമ്പിൽ പെട്ടുപോയ ഒരു പുള്ളിപ്പുലി അയാൾക്കുനേരെ നാലടി ഉയരത്തിൽ എടുത്തുചാടി.

ഇടംകാൽ പിറകിലേക്ക് നീട്ടിവലിച്ച് അമർന്നെഴുന്നേറ്റ ഭീമസേനൻ തലയ്ക്കു മീതെ ഗദവീശി. ശിരസ്സ് ചിതറിത്തെറിച്ച് മണ്ണിൽക്കിടന്ന് പിടയുന്ന പുലിയുടെ മേൽ ഇടം കാലമർത്തി വികൃതശബ്ദത്തിൽ ചിരിച്ചുനിന്ന് ഭീമസേനനെ കണ്ട നകുലന് ഭയം തോന്നി. അവൻ കണ്ണുകൾ ഇറുകെയടച്ചു.

അർജുനൻ ആവേശത്തോടെ മുന്നോട്ടുകുതിച്ച് മൃഗങ്ങളുടെ പിന്നാലെ ചെന്നു.

മറുഭാഗത്ത്, പട്ടികളിൽ ഒന്ന് ദീനമായി നിലവിളിച്ചുകൊണ്ടുനിന്നത് സഹദേവനാണ് കണ്ടത്.

പട്ടിയുടെ തുറന്നുപിടിച്ച വായിൽ ഏഴ് ശരങ്ങൾ തറഞ്ഞു കിടക്കുന്നുണ്ടായിരുന്നു.

സഹദേവൻ അർജ്ജുനനെ ഉറക്കെ വിളിച്ചിട്ട് പറഞ്ഞു.

"ഏട്ടാ ഇതു കണ്ടില്ലേ....അത്ഭുതമായിരിക്കുന്നു."

ഓടിയെത്തിയ നകുലനും പറഞ്ഞു: "അതെ അത്ഭുതമായിരിക്കുന്നു. ആരായിരിക്കും ഇത് ചെയ്തത്. ജേഷ്ഠനെ വെല്ലുന്ന വില്ലാളിയാരാണ്?"

അർജ്ജുനൻ ഒന്നും പറഞ്ഞില്ല. അയാളുടെ മുഖം കോപവും നൈരാശ്യവുംകൊണ്ട് ചുവന്നുതുടുത്തിരുന്നു. തീയാളുന്ന കണ്ണുകൾ. പല്ലിറുമ്മിക്കൊണ്ട് അയാൾ പട്ടിയെത്തന്നെ നോക്കിനിന്നു. പട്ടിയുടെ വായിലെ അസ്ത്രങ്ങൾ സാകൂതം എണ്ണിനോക്കിയ സഹദേവൻ ഉറക്കെപ്പറഞ്ഞു: "ഒരേസമയം ഏഴ് അസ്ത്രങ്ങൾ."

സ്വന്തം വായ്ക്കകത്താണ് അമ്പുകൾ തറച്ചതെന്നപോലെ അർജ്ജുനൻ കൈവിരലുകൾകൊണ്ട് ചുണ്ടുകൾ തടവി.

പട്ടിയുടെ വായിലെ അമ്പുകൾ പറിച്ചെടുത്തുകൊണ്ട് സഹദേവൻ തമാശകൾ പറഞ്ഞുകൊണ്ടേയിരുന്നു...

അർജ്ജുനന്റെ പെരുവിരൽ തുമ്പിലേക്ക് കോപത്തിന്റെ തീപ്പൊരി വീണു. കോപം ഷഡാധാരങ്ങളിലേക്കും വ്യാപിച്ചുതുടങ്ങി. ചിരിച്ചുകൊണ്ടിരുന്ന സഹദേവന്റെ നേർക്ക് ആഞ്ഞടുത്ത അർജ്ജുൻ സഹദേവന്റെ ചെകിടത്ത് ആഞ്ഞടിച്ചശേഷം പറഞ്ഞു:

"ഇല്ല...ഇല്ല...അർജ്ജുനനെ വെല്ലാൻ വേറെ അസ്ത്രാഭ്യാസികളില്ല. ഇത് ഏതോ നിഷാദന്റെ മായാജാലമാണ്. വായ്ക്കകത്ത് അസ്ത്രങ്ങൾ ഏറ്റുവാങ്ങിയ ഈ പട്ടിയും പാണ്ഡവരുടേതല്ല."

ഭീമസേനൻ പറഞ്ഞു: "ഓടുന്ന പട്ടി നമ്മുടേത്....വീഴുന്ന പട്ടി നിഷാദന്റേത്...അരുത് അർജ്ജുനാ അരുത്....സഹജീവികളെ തള്ളിപ്പറയരുത്."

ഭീമസേനൻ ഒരു നിമിഷം നിർത്തിയിട്ട് പറഞ്ഞു:

"അർജ്ജുനാ ആ പട്ടി നമ്മുടേത് തന്നെയാണ്."

കോപംകൊണ്ട് കലിതുള്ളിനിന്ന അർജ്ജുനൻ സേവകരിൽ ഒരാളെയും വിളിച്ച് വനത്തിനകത്തേക്കോടി.

കുറുക്കുവഴിയിൽ കുറുങ്ങനെനിന്ന് വഴിമുടക്കിയ കാട്ടാനക്കുട്ടിയെക്കണ്ട് സേവകൻ ഒരടി പിറകോട്ടുനിന്ന് വായ്ക്ക് ഇരുവശവും കൈപ്പത്തികൾ മുറുക്കിവെച്ച് ശംഖ് വിളിപോലൊരു ശബ്ദം പുറപ്പെടുവിച്ചു...

ചിഹ്നം വിളിച്ചുകൊണ്ട് ഇടം തിരിഞ്ഞ് മുന്നോട്ടു നീങ്ങിയ ആനക്ക് നേരെ വില്ലുകുലച്ചുനിന്ന അർജ്ജുനന്റെ ഇടം കൈത്തണ്ടയിലേക്കു ചീറിയടുത്ത ഒരസ്ത്രം ഒരു നാഗത്തെപ്പോലെ പേശിക്കുള്ളിൽ ചുറ്റിപ്പുളഞ്ഞു.

ഒരു നിമിഷം അന്ധാളിച്ചു പോയ അർജ്ജുനൻ ചുറ്റിലും കണ്ണോടിച്ചുകൊണ്ട് ചോദിച്ചു. "ആരാണത്?"

കാട്ടുവള്ളികൾ തട്ടിമാറ്റിക്കൊണ്ട് അർജ്ജുനന് നേരെ നടന്നടുക്കുന്ന നിഷാദയുവാവിനെ കണ്ട സേവകൻ രണ്ടടി പിറകോട്ട് മാറിനിന്നു.

അർജ്ജുനനെ അന്വേഷിച്ചെത്തിയ ഭീമസേനനനും യുധിഷ്ഠിരനും നകുലസഹദേവന്മാരും നിഷാദയുവാവിനെത്തന്നെ നോക്കി നിന്നു.

മൃഗക്കൊഴുപ്പ് മിനുക്കിയ ചുരുളൻമുടി തോളറ്റം വീണുകിടക്കുന്നു. അരയിൽ മൃഗത്തോലുടുപ്പ്, കൈത്തണ്ടയിലും കാലിലും ലോഹവളയങ്ങൾ, കഴുത്തിൽ കൃഷ്ണാജിനം! കണ്ണിൽ അഗ്നിസ്ഫുലിംഗങ്ങൾ!

അർജ്ജുനൻ ഉറക്കെ ചോദിച്ചു. "ഹേ നിഷാദ! ധിക്കാരി! ഞങ്ങളുടെ വേട്ടപ്പട്ടിയുടെ വായ്ക്കകത്ത് അസ്ത്രങ്ങൾ എയ്തത് നീയാണോ?"

രണ്ടടി മുന്നോട്ടുനടന്നുകൊണ്ട് നിഷാദയുവാവ് പറഞ്ഞു: "പട്ടിയുടെ കുര എന്റെ ഏകാഗ്രത നശിപ്പിച്ചു. പിന്നെ ഒരു ഞൊടിയിടയിൽ...ഏഴ് അസ്ത്രങ്ങൾ അതിന്റെ വായ്ക്കകത്ത്.

"ഹിരണ്യധനുസ്സിന്റെ പുത്രന് ഉന്നംപിഴയ്ക്കില്ല." തലവെട്ടിച്ച് മുടിയിഴകളെ കാറ്റിൽ പറപ്പിച്ചുകൊണ്ട് അധികാരഭാവത്തിൽ നിഷാദൻ തുടർന്നു പറഞ്ഞു:

"ഇത് ഞങ്ങളുടെ സ്ഥലമാണ്. നിഷാദരാജാവായ ഹിരണ്യധനുസ്സിന്റെ ദേശം...ഞാൻ ഹിരണ്യധനുസ്സിന്റെ മകൻ!

ഏകലവ്യൻ!

ദിക്കും...ദേശവും...മുറയും തെറ്റിച്ചുള്ള നായാട്ട് വേണ്ട. മടങ്ങിക്കോളൂ...ഞാനാണ് പറയുന്നത്.....ഏകലവ്യൻ!"

ഏകലവ്യന്റെ ഉറച്ച ശബ്ദംകേട്ട് പാണ്ഡവർക്ക് മൊത്തം ദേഷ്യം വന്നു.

കോപംകൊണ്ട് വിറച്ച് അർജ്ജുനൻ പറഞ്ഞു.

"ധിക്കാരിയായ നിഷാദാ മാറിപ്പോ ദൂരെ...അതാണ് നിനക്ക് നല്ലത്. നായാട്ടിനു വരുമ്പോൾ മൃഗവേട്ടയേ ഞങ്ങൾ കരുതിയുള്ളൂ. നിഷാദവധം വേണ്ടിവരുമെന്ന് കരുതിയതല്ല. ഉം വഴിമാറിപ്പോ..."

ഏകലവ്യൻ ഉറക്കെയുറക്കെ ചിരിക്കാൻ തുടങ്ങി...

വൃക്ഷത്തലപ്പിൽ കാറ്റുവീശി...കാട്ടുകിളികൾ അശുഭ സൂചകങ്ങൾ മുഴക്കി.

ഏകലവ്യൻ ചോദിച്ചു. "വധമോ?....എങ്കിൽ ആവാം.....

അത് യുദ്ധം ചെയ്തിട്ടാവാം. അസ്ത്രമാണെങ്കിൽ അങ്ങനെ. ഗദായുദ്ധമോ ദ്വന്ദ്വയുദ്ധമോ ആണെങ്കിൽ അതുമാവാം." ഏകലവ്യൻ കൈകൾ രണ്ടും ആകാശത്തേക്കുയർത്തി. കൈപ്പടംകൊണ്ട് സുദർശനംപോലെ കറക്കിക്കൊണ്ടിരുന്നു.

വലംകാല് ഭൂമിയിൽ അമർത്തിച്ചവിട്ടിയപ്പോൾ ഭൂമിയൊന്ന് കുലുങ്ങിയതായി തോന്നി. തൊട്ടടുത്തുണ്ടായിരുന്ന രണ്ട് ഈട്ടിമരങ്ങൾ ഒരു ഭാഗത്തേക്കു ചരിഞ്ഞു.

അതു കണ്ടപ്പോൾ ഭീമസേനൻപോലും ഒന്നുനടുങ്ങി.

ഭീമസേനൻ പറഞ്ഞു: "ഹേ നിഷാദാ നിനക്ക് ഞങ്ങളെ അറിയാഞ്ഞിട്ടാണ്. നീയും നിന്റെ പിതാവും അറിഞ്ഞിരുന്നോളൂ ഹസ്തിനപുരിയിലെ പാണ്ഡുപുത്രരാണ് ഞങ്ങൾ. മഹാനായ ദ്രോണാചാര്യന്റെ ശിഷ്യന്മാർ."

ദ്രോണാചാര്യൻ എന്നു കേട്ടപ്പോൾ ഏകലവ്യന്റെ മുഖം ഭയഭക്തി കൊണ്ട് നിറഞ്ഞു.

തിരയടങ്ങിയ കടൽ പോലെ അയാൾ ശാന്തനായികൊണ്ട് അർജുനനോട് പറഞ്ഞു: "വേണ്ട...നമ്മൾ തമ്മിൽ ഒരു തർക്കം വേണ്ട...ഒരേ ഗുരുവിന്റെ ശിഷ്യന്മാർ തമ്മിൽ മാറ്റുരയ്ക്കേണ്ട. സ്വർണം സ്വർണത്തോട് ഉരച്ചാൽ മാറ്ററിയില്ല."

അർജുനൻ ഒന്നും പറയാതെ തലതാഴ്ത്തിനിന്നു...

ജ്വരബാധിതനെപ്പോലെ പിച്ചും പേയും പറഞ്ഞുകൊണ്ടേയിരുന്നു.

"ദ്രോണശിഷ്യരിൽ ഞാനാണ് അദ്വിതീയൻ."

എന്നയാൾ പറഞ്ഞുകൊണ്ടിരിക്കുന്നുണ്ടായിരുന്നു.

പാണ്ഡവരുടെ നായാട്ടും ആഘോഷവും നിലച്ചു. അന്നുതന്നെ എല്ലാവരും കൊട്ടാരത്തിലേക്ക് മടങ്ങി.

പാദങ്ങളിൽ വീണ് പൊട്ടിക്കരയുന്ന അർജുനനോട് ദ്രോണാചാര്യർ ചോദിച്ചു.

"പാർത്ഥാ എന്തുണ്ടായി? എന്തിനാണ് നീ കരയുന്നത്?"

അർജുനൻ പറഞ്ഞു: "മഹാനായ ഗുരുനാഥാ അവിടത്തെ ശിഷ്യരിൽ ആരാണ് അദ്വിതീയൻ?"

ദ്രോണാചാര്യൻ മന്ദഹസിച്ചുകൊണ്ട് പറഞ്ഞു.

"അർജുനാ! അത് നീയല്ലാതെ മറ്റാര്?

അർജുനൻ വീണ്ടും ചോദിച്ചു "അപ്പോൾ ഏകലവ്യൻ ആരാണ്?"ദ്രോണാചാര്യൻ ഒരു നിമിഷം എന്തോ ആലോചിച്ചുനിന്നു.

വിടർന്ന മിഴികളിൽ ഒരുപാട് ചോദ്യചിഹ്നങ്ങൾ!

കൈവിരലുകൾകൊണ്ട് അദ്ദേഹം വായുവിലെന്തോ പരതിക്കൊണ്ടിരുന്നു... ചിന്തകൾ എവിടെയും ചെന്നുറയ്ക്കാതെ അദ്ദേഹം ചിത്രത്തൂണിൽ കൈ താങ്ങി നിന്നു.

ഇടതൂർന്നു വളർന്നുനിൽക്കുന്ന നരച്ച താടിരോമങ്ങൾ മൃദുലമായി തടവിക്കൊണ്ട് അദ്ദേഹം അർജുനനോട് പറഞ്ഞു: "അർജുനാ സംശയിക്കേണ്ട എന്റെ ശിഷ്യരിൽ നീ തന്നെയായിരിയ്ക്കും അദ്വിതീയൻ!"

ആശ്വാസത്താൽ വിടർന്ന കണ്ണുകളുമായി ഗുരുമുഖത്തേക്കു നോക്കി ദീർഘശ്വാസമയച്ച അർജുനനോട് ആചാര്യൻ ഒരു സ്വകാര്യമെന്നോണം പറഞ്ഞു: "നമുക്ക് ഇന്നുതന്നെ വനത്തിലേക്ക് പോകാം. കൂടെ സേവകരോ മറ്റാളുകളോ വേണ്ട. നീയും ഞാനും. വേണമെങ്കിൽ അശ്വത്ഥാമാവും.അത്രയും മതി."

പാതിയിരുൾവീണ കാട്ടുവഴികളിലൂടെ നടക്കുമ്പോൾ ദ്രോണാചാര്യൻ ഓർത്തുപോയി. അസ്ത്രവിദ്യ പഠിക്കണമെന്ന അപേക്ഷയു

മായി പടികൾ കയറിവന്ന ചുറുചുറുക്കുള്ള നിഷാദയുവാവ്. വിരിഞ്ഞ മാറും തുടുത്ത കവിളും തിളങ്ങുന്ന കണ്ണുകളുമായി തന്റെ മുമ്പിൽ തൊഴുതുനിന്ന ആ യുവാവിനോട് എന്താണ് പറഞ്ഞിരുന്നത്–"ഹേ നിഷാദാ നീചവർഗത്തിൽ ജനിച്ച നിന്നെ അസ്ത്രവിദ്യ പഠിപ്പിക്കുന്നത് പാതകമാണ്.. പോ ദൂരെപ്പോ." ഗുരുചവിട്ടിനിന്ന മണ്ണിൽ തൊട്ടുനമസ്കരിച്ച് നിറകണ്ണുകളോടെ തിരിച്ചുനടന്ന ഏകലവ്യന്റെ ചിത്രം...! തിരസ്ക്കരിക്കപ്പെട്ടവന്റെ നിറംമങ്ങാത്ത ചിത്രം ദ്രോണാചാര്യന്റെ മനസിനെ അസ്വസ്ഥമാക്കി.

ഹസ്തിനപുരിയിലെ ഗോദയിൽനിന്ന് അപമാനിച്ചിറക്കിവിട്ട കർണ്ണന്റെ വിളറിയ മുഖവും ദ്രോണാചാര്യന്റെ മനസിലേയ്ക്ക് ഓടിവന്നു. നഗ്നപാദങ്ങളിൽ കാരമുള്ളുരസി ചോര വന്നപ്പോൾ ആചാര്യൻ ഒരു നിമിഷം നിന്നു.

പച്ചിലകൾ പറിച്ച് രക്തം തുടച്ചുകൊടുത്തത് അർജുനനാണ്. നടക്കുമ്പോൾ ദ്രോണർ വീണ്ടും ഓർത്തു. "നിഷേധിക്കപ്പെട്ടവന്റെ തിരിച്ചറിവിൽനിന്ന് അവൻ അഗ്നി തേടുന്നു. അഗ്നി പിന്നീട് മഹാഗ്നിയായി പടരുന്നു. അത് ലോകനീതിയായിരിക്കാം."

പക്ഷേ... തൊട്ടുപിറകെ മനസിലേക്ക് പടർന്നുകയറിയ ചിന്തകൾ അയാളെ വീണ്ടും അസ്വസ്ഥനാക്കി.

അർജുനന് നൽകിയ വാക്കുകൾ പാലിക്കപ്പെടുകതന്നെ വേണം.... നിഷാദൻ എന്തായാലും നിഷാദൻതന്നെയാണ്...നിഷാദൻ നീചനാണ്...

അർജുനൻ വനത്തിനുള്ളിൽ ഏകലവ്യനെ തെരഞ്ഞു, കാതങ്ങൾ ദൂരെ...അതാ ഏകലവ്യൻ!

ദ്രോണാചാര്യന്റെ മൺപ്രതിമയ്ക്ക് മുമ്പിൽ താണുവണങ്ങിയ ശേഷം കണ്ണുകൾ മൂടിക്കെട്ടി 'ശബ്ദഭേദി' ശീലിക്കുന്ന ഏകലവ്യനെ, അർജുനൻ ആചാര്യന് കാണിച്ചുകൊടുത്തു.

ഒന്നും പറയാൻ കഴിയാതെ ദ്രോണാചാര്യൻ കുറെ നേരം അവനെത്തന്നെ നോക്കിനിന്നു. ഗുരുവിന്റെ കണ്ണുകളിൽ നിറഞ്ഞ വിസ്മയം കണ്ടില്ലെന്ന നടിച്ച അർജുനൻ അശ്വത്ഥാമാവിനോട് എന്തോ പതുക്കെപ്പറഞ്ഞു.

ഏകലവ്യന്റെ കരവേഗത്തിലും ഏകാഗ്രതയിലും അത്ഭുതം കൂറിനിൽക്കുകയായിരുന്നു അശ്വത്ഥാമാവ്.

അർജുന്റെ ഖേദം മനസിലാക്കിയ ദ്രോണാചാര്യൻ ഏകലവ്യന്റെ സമീപത്തേക്ക് നടന്നു.

അർജുനനും അശ്വത്ഥാമാവും ഭീമാകാരനായ ഒരു വെങ്കുന്നിമരത്തിന്റെ മറവിലേക്ക് മാറിനിന്നു.

ദ്രോണാചാര്യൻ ഏകലവ്യന്റെ പിറകിൽ ചെന്നുനിന്ന് സാവധാനം വിളിച്ചു.

"ഏകലവ്യാ!"

ഏകലവ്യൻ തിരിഞ്ഞുനോക്കി...അത്ഭുതംനിറഞ്ഞ കണ്ണുകൾ അവൻ തുറന്നുപിടിച്ചു. ഗുരുചരണങ്ങളിൽ ദണ്ഡനമസ്ക്കാരം ചെയ്ത് എഴുന്നേറ്റ് തൊഴുതുനിന്നു.

ഏകലവ്യന്റെ ശിരസിൽ തൊട്ടശേഷം ദ്രോണാചാര്യർ പറഞ്ഞു: "ഏകലവ്യാ! നീ തികഞ്ഞ അസ്ത്രവിദ്യാഭ്യാസി ആയിരിക്കുന്നു. നിനക്ക് എന്റെ അനുഗ്രഹമുണ്ടാകും."

ഗുരുദക്ഷിണയായി പ്രിയ ശിഷ്യാ...നീ എനിയ്ക്കെന്താണുതരിക?

നിഷാദന്റെ നിഷ്കളങ്കതയോടെ ഏകലവ്യൻ പറഞ്ഞു:

"ഗുരോ അവിടന്ന് ആവശ്യപ്പെടുന്നതെന്തും തരാൻ അടിയൻ ഒരുക്കമാണ്."

ദ്രോണാചാര്യൻ ഒന്ന് ഇരുത്തിമൂളിയശേഷം...പൊട്ടിവിടർന്ന ഒരു പുഞ്ചിരിയോടെ പറഞ്ഞു:

"എങ്കിൽ എനിക്ക് നിന്റെ പെരുവിരൽ ദക്ഷിണയായി തരൂ!"

നേരിയ ഒരു ചിരിയോടെ ഏകലവ്യൻ അരയിൽ തിരുകിയ വേട്ടക്കത്തി ഊരിയെടുത്ത്...നിലത്ത് വീണുകിടക്കുന്ന ഉണക്ക ഈട്ടിത്തടിയിൽ പെരുവിരൽ ചേർത്തു വെച്ച് ആഞ്ഞുവെട്ടി.

കരിയില കൂട്ടത്തിലേക്ക് തെറിച്ചുവീണ പെരുവിരൽ കരയിലേക്കിട്ട മത്സ്യത്തെപ്പോലെ പിടഞ്ഞുകൊണ്ടിരുന്നു.

മറഞ്ഞുനിൽക്കുകയായിരുന്ന അർജുനനും അശ്വത്ഥാമാവനും അടുത്തേക്ക് നടന്നുവന്നു. അർജുനന്റെ മുഖത്തെ സംതൃപ്തിയുടെ പുഞ്ചിരിക്കുപകരം നിഷാദന്റെ ഉറക്കെയുള്ള ഒരു ചിരിയാണ് കേട്ടത്.

ഇലകൾ കൂട്ടി രക്തം തുടച്ചശേഷം മുറിഞ്ഞുവീണ പെരുവിരലെടുത്ത് പച്ചിലത്തലപ്പിൽവെച്ച് ഭക്തിപുരസരം ഗുരുവിന് സമ്മാനിച്ചശേഷം ഏകലവ്യൻ ദ്രോണാചര്യന്റെ കാൽക്കൽ മുട്ടുകുത്തിക്കൊണ്ട് പറഞ്ഞു.

"മഹാഗുരോ...നീചനായ നിഷാദന്റെ എളിയ ഗുരുദക്ഷിണ സ്വീകരിച്ചാലും" അവൻ കൂട്ടിച്ചേർത്തു. "എന്നും അർജ്ജുനനായിരിക്കട്ടെ അവിടത്തെ ശിഷ്യരിൽ അദ്വിതീയൻ."

അർജ്ജുനൻ ഉറക്കെച്ചിരിച്ചപ്പോൾ...ആചാര്യൻ കത്തുന്ന കണ്ണുകളോടെ അർജ്ജുനനെ നോക്കി.

അശ്വത്ഥാമാവ് പതുക്കെ പറഞ്ഞു, "പിതാവേ...വേണ്ടിയിരുന്നില്ല."

യാത്രപറഞ്ഞ് തിരിച്ചുനടക്കുമ്പോൾ ഏകലവ്യൻ അശ്വത്ഥാമാവിനെ അടുത്തേക്ക് വിളിച്ചു. വാടി വിളർത്ത മുഖവുമായി അശ്വത്ഥാമാവ് ഏകലവ്യന്റെ അടുത്തേക്ക് ചെന്നു.

ഏകലവ്യനെ ആലിംഗനം ചെയ്തിട്ട് അശ്വത്ഥാമാവ് പറഞ്ഞു: "ഏകലവ്യാ എനിക്ക് മാപ്പ്...ഞാൻ നിരപരാധിയാണ്."

ഏകലവ്യൻ പറഞ്ഞു: "ഗുരുപുത്രാ...എനിക്ക് അമ്പുംവില്ലും മനസിലാണ്. വില്ലിന്റെ സഹായമില്ലാതെ അസ്ത്രങ്ങൾ ഒറ്റക്കൈകൊണ്ട് പിറകോട്ടെറിഞ്ഞ് യുദ്ധം ജയിക്കുന്നവരാണ് നിഷാദർ. ദൃഢനിശ്ചയമാ

ണ്ണെന്റെ ശരങ്ങൾ. കണ്ണും കാതും എത്തുന്നതിന്നപ്പുറത്താണെന്റെ ലക്ഷ്യം."

അവൻ ശബ്ദമുയർത്തിപ്പറഞ്ഞു, "അർജുനാ ഒരു നാൾ യുദ്ധം വരും..ദ്രോണഗുരുവിന്റെ അദ്വിതീയനായ ശിഷ്യന്റെ...അർജുനാ....നിന്റെ ലക്ഷ്യം പിഴയ്ക്കാത്ത ശരങ്ങൾ നെഞ്ചിലേറ്റി മറിഞ്ഞുവീഴുന്ന ഗുരുനാഥൻ ജീവൻ വെടിയുംമുമ്പെ ഒരു നോക്ക് കാണാൻ ഞാൻ വരും. പെരുവിരലില്ലാത്ത എന്റെ കൈകൊണ്ട് ആ നെഞ്ചിൽ തടവിക്കൊടുക്കും."

അശ്വത്ഥാമാവ് ഒന്നും പറഞ്ഞില്ല. ദ്രോണഗുരു അത് കേട്ടതായി നടിച്ചില്ല. പക്ഷേ ആ മുഖം വിളറിയത് അശ്വത്ഥാമാവ് ശ്രദ്ധിച്ചു.

തിരിഞ്ഞു നടക്കുമ്പോൾ ആരും ഒന്നും പറഞ്ഞില്ല.

പാറക്കെട്ടുകൾക്കിടയിലൂടെ മലയിറങ്ങുമ്പോൾ കാല് വഴുതിവീഴാൻ തുടങ്ങിയ ദ്രോണാചാര്യനെ താങ്ങിപ്പിടിച്ചുകൊണ്ട് അശ്വത്ഥാമാവ് പറഞ്ഞു.

"പിതാവേ ആ ഗുരുദക്ഷിണ സൂക്ഷിച്ച് വെക്കണം...

നിഷാദന്റെ വാക്കുകൾ അർജുനനുള്ള ശാപമല്ല അത് താങ്കൾക്കുള്ളതാണ്.

വിനീതനായ ശിഷ്യൻ ഗുരുവിന് നൽകിയ ശാപം!

ബ്രാഹ്മണനായ ഗുരുവിന് നിഷാദനായ ശിഷ്യന്റെ ശാപം!"

ദ്രോണാചാര്യൻ അർജുനനെ ഒന്ന് തിരിഞ്ഞുനോക്കുക മാത്രം ചെയ്തു.

3

പറയിപെറ്റ പാക്കനാര്

"മുറം വേണോ? മുറം....."

ഓരോ വീടിന് നേരെയെത്തുമ്പോഴും പാക്കനാർ വിളിച്ചു ചോദിച്ചു. പാക്കനാർ അങ്ങനെയാണ്... നെയ്തെടുക്കുന്ന മുറങ്ങളുമായി ഉറക്കെ വിളിച്ചുപറഞ്ഞ് നടക്കും... വിൽക്കും ദാനം ചെയ്യും. മോഷ്ടിക്കപ്പെടുന്നത് കണ്ടില്ലെന്ന് നടിക്കും... വിഡ്ഢിയായി അഭിനയിക്കും... പാക്കനാർ പറയാനാണ്....ബ്രാഹ്മണന്റെ അനുജൻ!

പാക്കനാർ ദരിദ്രനാണ്...പക്ഷേ ആരുടെ മുമ്പിലും ഒന്നിനും കൈനീട്ടില്ല...

കൈവിരലുകൾ കൊണ്ട് പിറകിലേക്ക് കോതിവലിച്ചിട്ട എണ്ണമയമില്ലാത്ത നീളൻമുടി, അരയിൽ, കൗപീനത്തിന്ന് മീതെയുടുത്ത മുട്ടുമറയാത്ത ചെറുമുണ്ട്, കഴുത്തിൽ കല്ലക്കമാല, വലംകയ്യിൽ ചൂരൽവടി, ഇടം തോളിൽ നെടുംകുത്തനെ ഒന്നിന് മുകളിൽ മറ്റൊന്നായി വെച്ചിരിക്കുന്ന പുത്തൻ മുറങ്ങൾ!

പാക്കനാർ നാട്ട് വഴികളിലൂടെ നടന്നുപോയി. പിറകെ നടക്കുന്ന പറയിപ്പെണ്ണിന്റെ കയ്യിലുമുണ്ട് രണ്ട് മൂന്ന് മുറങ്ങൾ!

ഇടവഴികളും വയൽവരമ്പുകളും താണ്ടി...അവർ ഉറക്കെ വിളിച്ചു ചോദിച്ചു.

"മുറം വേണോ? മുറം!"...

കൈകൊട്ടി വിളിച്ചടുപ്പിച്ചവരുടെ വീട്ടുമുറ്റത്ത് തീണ്ടാപ്പാടകലെ പാക്കനാരും പറയിപ്പെണ്ണും ഒതുങ്ങി മാറി നിന്നു.

വീട്ടുടമ ചോദിച്ചു "നിന്റെ മുറത്തിനെന്ത് വില പാക്കനാരെ?" പാക്കനാർ ചുമലിൽനിന്ന് മുറം താഴ്ത്തിവെച്ച് തരംതിരിച്ച് ഉള്ളും പുറവും ബലവും കാണിച്ചുകൊടുത്ത് വിലപറഞ്ഞശേഷം ദൂരത്തേക്ക് മാറിനിന്നു.

മുറങ്ങൾക്കു ചുറ്റും വീട്ടുകാർ വന്നുകൂടി. അവർ മുറങ്ങൾ ഓരോന്നായെടുത്ത് പൊട്ടിച്ചും വളച്ചും വലിച്ചും നോക്കിക്കൊണ്ടിരുന്നു. പരസ്പരം നോക്കിക്കൊണ്ട് കണ്ണിറുക്കിക്കാണിച്ചു. വെറുതെ അതുമിതും പറഞ്ഞ് കൊഞ്ചിയും ചിരിച്ചും സമയം കളഞ്ഞു.

വീട്ടമ്മ ഒരു കള്ളച്ചിരിയോടെ വേലക്കാരികളോട് പറഞ്ഞു, "പാക്കനാര് വിഡ്ഢിയാണ്. പറയന് എണ്ണാനറിയില്ല. അവനിത്തിരി കഞ്ഞിവെള്ളം കൊടുത്ത് മാറ്റിനിർത്ത്."

കാര്യമെന്തെന്നറിയാതെ വേലക്കാരിപ്പെണ്ണ് അകത്തു ചെന്ന് ഓട്ടുമൊന്തയിൽ ചുടുകഞ്ഞിവെള്ളവുമായി വന്നു. നിലത്ത് മണ്ണുമാന്തി കുഴിയുണ്ടാക്കി അതിൽ വാഴയിലത്തുണ്ട് വിരിച്ചമർത്തിയതിൽ കഞ്ഞിവെള്ളമൊഴിച്ച് വേലക്കാരി മാറിനിന്നു.

പ്ലാവില കോട്ടിയെടുത്ത് പാക്കനാർ ഇലക്കുമ്പിളിലെ കഞ്ഞിവെള്ളം കോരിക്കുടിക്കുന്നതിനിടയിൽ വേലക്കാരി ഒരു മുറംകട്ടെടുത്ത് അകത്തേക്ക് പോകുന്നത് പാക്കനാർ കണ്ടു.

അയാൾ പറയിപ്പെണ്ണിനെ തിരിഞ്ഞുനോക്കി ഒരു വിഡ്ഢിച്ചിരി ചിരിച്ചു. പാതിവെള്ളം അയാൾ പറയിപ്പെണ്ണിന് നീക്കിവെച്ചു. അവൾ വെള്ളം മോന്തുന്നതിനിടയിൽ പാക്കനാര് പതുക്കെ പറഞ്ഞു: "മുറം ഒന്ന് അകത്തേക്കു പോയി, കണ്ടില്ലെന്നു നടിച്ചു."

വെള്ളം മോന്തിക്കഴിഞ്ഞപ്പോൾ പാക്കനാർ എഴുന്നേറ്റു. വീട്ടമ്മ പറഞ്ഞു: "പറയാ നിന്റെ മുറങ്ങളൊന്നും കൊള്ളില്ല, വക്കും മൂലയും കൂടിയിട്ടില്ല, കൊണ്ട് പോയ്ക്കോളൂ."

വീട്ടമ്മയും വേലക്കാരികളും അകത്തേക്കു കയറിപ്പോയപ്പോൾ പാക്കനാര് മുറങ്ങൾ പെറുക്കിയെടുത്ത് തോളിൽ തൂക്കിയിട്ട് നടത്തം തുടർന്നു.

ഇടവഴിയിലേക്ക് കടന്ന പാക്കനാർ വീണ്ടും വിളിച്ചുചോദിച്ചു, "മുറം വേണോ? മുറം..."

ആരും മറുവിളി വിളിച്ചില്ല.

പറയിപ്പെണ്ണ് പതുക്കെ ചോദിച്ചു. "കട്ടെടുത്തത് കണ്ടിട്ട് എന്തേ ഒന്നും പറഞ്ഞില്ല?"

പാക്കനാർ പറഞ്ഞു: "ഉള്ളവൻ ഇല്ലാത്തവന്റേത് കട്ടെടുക്കുന്നു. അതാണവരുടെ നീതി. ഞാനത് ദാനം ചെയ്തതായി കണക്കാക്കി എന്ന് കരുതിയാൽ മതി. ഞാനങ്ങനെയാണ്. നെയ്തെടുക്കുന്ന മുറങ്ങളിൽ ഒന്നുമാത്രമേ ഞാനെടുക്കാറുള്ളൂ, അന്നത്തിന്ന്. ബാക്കിയെല്ലാം ഞാൻ ദാനം ചെയ്യും, അല്ലെങ്കിൽ ഉപേക്ഷിക്കും. നിനക്കറിയില്ല കഥയൊന്നും. എന്റെ അച്ഛനും അമ്മയും ചെയ്തതും അതുതന്നെയാണ്. മക്കളെ പെറ്റ് പെരുവഴിയിൽ ഉപേക്ഷിക്കുന്നു. ഒന്നിനെ മാത്രം എടുത്തു.

വായില്ലാക്കുന്നിലപ്പനെ...പറയാത്ത പറയനെ!

അച്ഛൻ മക്കളെ ഉപേക്ഷിച്ചതുപോലെ ഞാൻ മുറങ്ങളേയും. വായില്ലാക്കുന്നിലപ്പന് വായില്ലെന്ന് അമ്മയാണ് നുണപറഞ്ഞത്. മുറത്തിനും വായില്ല. വായില്ലെങ്കിലും മുറവും സംസാരിക്കുന്നു."

ഇടവഴിയിൽനിന്ന് കാലിൽ തറച്ച കാരമുള്ള് വലിച്ചൂരിക്കൊണ്ട് പറയിപ്പെണ്ണ് ചോദിച്ചു. "അതെങ്ങനെയാ?" പാക്കനാർ പറഞ്ഞു, "നിനക്ക് നൊന്തോ?...അതാദ്യം പറയൂ."

പെണ്ണ് പറഞ്ഞു "ഇത്തിരി ചോര ചീറ്റി... പക്ഷേ നൊന്തില്ല.. പറഞ്ഞു തര്വോ മുറമെങ്ങനെയാണ് സംസാരിക്കുന്നത്?"

പാക്കനാര് പറഞ്ഞു: "ധാന്യം ചേറുമ്പോൾ മുറം സംസാരിക്കുന്നു. സംസാരിക്കുന്നത് മുറമാണോ കേൾക്കുന്നോരുടെ മനസാണോന്നറിയില്ല."

പാക്കനാർ വഴിനീളെ വിളിച്ചു ചോദിച്ചു "മുറം വേണോ മുറം." കുറച്ചുകഴിഞ്ഞപ്പോൾ അയാൾ പറയിപ്പെണ്ണിനോട് പറഞ്ഞു: "മിണ്ടാതെ നടക്കണ്ട... ഉറക്കെ ചോദിക്ക് മുറം വേണോന്ന്. വിൽക്കുന്ന മുറത്തിന്റെ വില നെല്ലോ അരിയോ രണ്ടായാലും പാതി നിനക്കുള്ളതാണ്."

അവൾ ഒന്നും പറയാതെ പാക്കനാരുടെ പിറകെ നടന്നു.

ഇടവഴികടന്ന് പാടവരമ്പിലേക്ക് കയറിയപ്പോൾ എതിരെ വരുന്ന ആളെക്കണ്ട് പാക്കനാർ മറുവരമ്പിലേക്ക് മാറിനിന്നു. മുഖത്ത് നിഴലിച്ച ബഹുമാനം പറയിപ്പെണ്ണ് ശ്രദ്ധിച്ചു. അദ്ദേഹം പാക്കനാരെയും പറയിപ്പെണ്ണിനെയും മാറിമാറി നോക്കിക്കൊണ്ടിരുന്നു. പുഛവും ദേഷ്യവും കലർന്ന നോട്ടം. പറയിപ്പെണ്ണ് ആദ്യമായികാണുകയാണ് ഇങ്ങനെയൊരാളെ.

ഇടത്തോട്ട് കെട്ടിച്ചായ്ച്ച കുടുമ.. ഇടതുകയ്യിൽ ചേർത്തുപിടിച്ച വീതുളിയും മുഴക്കോലും, അരയിൽ കൗപീനവും മുട്ടുമറഞ്ഞുകിടക്കുന്ന ഉടുമുണ്ട്... തോളിൽ കോൺവലിച്ചിട്ടിരിക്കുന്ന ചുട്ടിക്കരയൻ വെള്ളതോർത്ത് മുണ്ട്.. കണ്ണുകളിൽ തച്ചുശാസ്ത്രത്തിന്റെ പെരുക്കപ്പട്ടിക!

അടുത്തെത്തിയപ്പോൾ പാക്കനാരോട് ചോദിച്ചു.

"എങ്ങോട്ടാ യാത്ര?"

പാക്കനാർ പറഞ്ഞു: "ലക്ഷ്യല്ല...മുറം വിൽക്കണം..അന്നം വേണം."

അയാൾ ചോദിച്ചു "ഏതായീ പെണ്ണ്?"

പാക്കാനാര് പറഞ്ഞു: "വഴിയിൽ കിടന്ന് കിട്ടിയതാണ്."

"വഴിയിൽ കിടന്ന് കിട്ടാൻ ഇതെന്താ മരക്കഷ്ണമോ...മ്ലേഛജാതിയൽപ്പെട്ട ഒരു പറയിപ്പെണ്ണല്ലേയിത്." അൽപ്പം പുഛംകലർന്ന ഗൗരവത്തിലായിരുന്നു ചോദ്യം.

പാക്കനാര് പറഞ്ഞു: "മരമായിരുന്നെങ്കിൽ തച്ചന് പണിയാമായിരുന്നു...അല്ലെങ്കിൽ കത്തിക്കാമായിരുന്നു. ഇവൾ ഹീനജാതിയാണെങ്കിലും മനുഷ്യനായിപ്പോയില്ലെ."

അയാൾ പറഞ്ഞു: "മരമാണെങ്കിലും മ്ലേഛ ജാതിയിൽപെട്ടതിൽ തച്ചൻ പണിയാറില്ല. കാര്യം പറഞ്ഞോളൂ."

പാക്കാനാര് പറഞ്ഞു: "വിശന്നുതളർന്ന് വഴിയിൽ കിടക്കുന്നത് കണ്ടു. അന്നത്തിന് നീട്ടിയ കയ്യിൽ അടികിട്ടിയപ്പോൾ ഈ പെണ്ണിന്

ബോധം പോയി. ആരും ഒന്നും കൊടുത്തില്ല. തീണ്ടുന്ന ജാതിയല്ലേ. ഇത് പറയിപ്പെണ്ണല്ലേ?"

അയാൾ ചോദിച്ചു "അപ്പോൾ താനോ?" അയാളുടെ ചോദ്യത്തിലെ പരിഹാസം പാക്കനാരെ ചൊടിപ്പിച്ചു.

പാക്കനാർ പറഞ്ഞു: "പറയി പെറ്റതാണല്ലൊ നമ്മുടെ മൂത്ത ജേഷ്ഠൻ, ശുദ്ധബ്രാഹ്മണൻ അഗ്നിഹോത്രിയെയും എന്റെ മുന്നിൽ നിൽക്കുന്ന ഈ ഉളിയന്നൂർ പെരുന്തച്ചനെയും. ഞാൻ അമ്മയുടെ ഇളയ മകൻ. സ്വന്തം മകൻ..പറയൻ...പാക്കനാര്...എനിക്കൊന്നേ പറയാനുള്ളൂ. കിടന്ന പാത്രം മറക്കരുത്. ഗർഭപാത്രത്തിനെ മുഴക്കോല് കൊണ്ടളക്കരുത്."

പെരുന്തച്ചന്റെ മുഖത്തെ ജാള്യത മറയ്ക്കാൻ അയാൾ മൂക്ക് ചീറ്റി, മേൽമുണ്ട് കൊണ്ട് മുഖം തുടച്ചു.

നടക്കാൻ തുടങ്ങിയ പെരുന്തച്ചൻ തിരിഞ്ഞുനിന്ന് പറഞ്ഞു:

"മേഴത്തോളിൽ ശ്രാദ്ധമൂട്ടുണ്ട്..ഇന്ന് തൊട്ട് നാലാം പക്കം ആണ്. എല്ലാവരും വരണമല്ലൊ...അറിയാല്ലൊ അച്ഛന്റെ ശ്രാദ്ധമാണ്. ശ്രാദ്ധമൂട്ടിന് പറയന്റെ പങ്കെന്താണെന്ന് എനിക്കറിയില്ല. എന്നാലും വരാൻ പറഞ്ഞിരിക്കുന്നു ഏട്ടൻ അഗ്നിഹോത്രി."

പാക്കനാര് 'അതെ' എന്ന അർഥത്തിൽ തലയാട്ടി. പെരുന്തച്ചൻ നടന്നകലുന്നത് നോക്കിനിന്ന പറയിപ്പെണ്ണ് പാക്കനാരോട് ചോദിച്ചു. "അതാരാണ്?"

പാക്കനാർ പറഞ്ഞു: "മുറപ്രകാരം എന്റെ ഒരു ജ്യേഷ്ഠൻ.. ഉളിയന്നൂർ പെരുന്തച്ചൻ... അച്ഛൻ വരരുചിക്ക് പറയിപ്പെണ്ണായ അമ്മയിൽ ഞങ്ങൾ, മക്കൾ പന്ത്രണ്ട് പേരാണ്... മേഴത്തോളഗ്നിഹോത്രി, രജകൻ, ഉളിയന്നൂർ പെരുന്തച്ചൻ... ഇപ്പോൾ കണ്ടില്ലെ അത് തന്നെയാണ് ആള്. പിന്നെ, വള്ളോൻ, വായില്ലാകുന്നിലപ്പൻ, വടുതലനായർ, ഉപ്പുകൂറ്റൻ, തിരുവരങ്ങത്ത് പാണനാര്, നാരാണത്ത് ഭ്രാന്തൻ, അകവൂർ ചാത്തൻ, പിന്നെ ഞാനും. ഒരേയൊരു പെങ്ങളാണ് കാരക്കലമ്മ. ചിലപ്പോൾ ഒന്ന് കാണാൻ കൊതിയാകാറുണ്ട്.. ചെല്ലും... തീണ്ടാപ്പാടകലെ നിന്ന് കാണും.

ഏട്ടത്തീന്ന് ഒന്നു വിളിച്ചാലോ എന്ന് തോന്നിപ്പോകും. പറയന്റെ വിളികേൾക്കുമ്പോൾ ഏട്ടത്തി തീണ്ടിപ്പോയാലോ എന്ന് സംശയിക്കും... അപ്പോൾ നാവടക്കും.

പിന്നെ കുറെനേരം നോക്കി നിൽക്കും.

കണ്ണുനിറയുമ്പോൾ തിരിച്ചുപോരും. അന്ന് പിന്നെ ഉറക്കമില്ല! ഇപ്പോൾ നീയുണ്ടല്ലോ പെങ്ങളായിട്ട്.

അത് മതി...." പാക്കനാരുടെ തൊണ്ടിയിടറി.

കഥകേട്ട് പറയിപ്പെണ്ണിന്റെ കണ്ണുനിറഞ്ഞു. അന്തരാത്മാവിൽ നിന്നുയർന്ന ഒരു നിലവിളി തൊണ്ടയിൽ കുരുങ്ങി.

ശ്വാസംമുട്ട് ഒഴിഞ്ഞപ്പോൾ അവൾ പാക്കനാരോട് ചോദിച്ചു.

"പോകുന്നില്ലേ ശ്രാർദ്ധത്തിന്"

പാക്കനാർ പറഞ്ഞു: "പോകണം ശ്രാദ്ധമൂട്ടിന് നൽകാൻ പറയന്റെ പങ്ക് എങ്ങനെയെങ്കിലും ഉണ്ടാക്കണം. കിട്ടിയാൽ പോകും...പോയല്ലേ പറ്റൂ."

മേഴത്തോളിൽ ശ്രാദ്ധമൂട്ടിനുള്ള ഒരുക്കങ്ങൾ തുടങ്ങി. അകത്തും മുറ്റത്തും തീർഥം തളിച്ച് ശുദ്ധിവരുത്തി, മുറ്റത്ത് പന്തലിട്ട് തോരണം തൂക്കി. എള്ളും അരിയും നെല്ലും നാളികേരവും വെച്ചു. ഹരിചന്ദനമരച്ച് നാക്കിലയിൽ വെച്ചു.

സഹോദരങ്ങൾ ഓരോരുത്തരായി കയറിവരുമ്പോൾ അഗ്നിഹോത്രി ചെറുതായി ഒന്നുചിരിക്കുകമാത്രം ചെയ്തു. മുണ്ടും നേര്യതുമുടുത്ത് കയറിവന്ന കാരയ്ക്കലമ്മ അകത്തുള്ളോരെ വിളിച്ച് ലോഹ്യം പറഞ്ഞ ശേഷം പന്തലിനകത്ത് ഒരിടത്തേക്കു മാറിനിന്നു. നാറാണത്ത് ഭ്രാന്തൻ പന്തൽത്തൂണിൽ ചാരിനിന്ന് ഒരു ഉരുളൻ കല്ല് കൈവെള്ളിയിലിട്ട് ഉരുട്ടിക്കൊണ്ടിരുന്നു.

വർഷത്തിലൊരിക്കൽ മാത്രം പിതാവിന്റെ ശ്രാദ്ധത്തിന് ഒത്തുകൂടുന്ന സഹോദരങ്ങൾ പരസ്പരം മുഖം കൊടുക്കാതെ അങ്ങുമിങ്ങും നോക്കി മാറിനിന്നു.

അഗ്നിഹോത്രിയുടെ ഭാര്യ–അകത്തുള്ളോർ–മുറ്റത്തേക്ക് നോക്കിപ്പറഞ്ഞു: "ശ്രാദ്ധമൂട്ടിന്ന് വിഭവങ്ങൾ കൊണ്ടുവന്നോർക്ക് നാക്കിലയിൽ വെച്ച് മാറി നിൽക്കാം."

ഓരോരുത്തരായി വന്ന് മുറ്റത്തുവെച്ച നാക്കിലകളിൽ കായും കനിയും നെയ്യും പാലും കൽക്കണ്ടവും കദളിപ്പഴവും വെച്ച് മാറിനിന്നു.

അകത്തുള്ളോര് തീർഥക്കിണ്ടിയുമായി മുറ്റത്തേക്കിറങ്ങി. തീർഥം തളിച്ച് ശുദ്ധമാക്കിയശേഷം വിഭവങ്ങൾ എടുത്ത് ചെമ്പുപാത്രത്തിൽ വെച്ച് അകത്തേക്ക് കൊണ്ടുപോയി.

"അഗ്നിഹോത്രിയുടെ വക വിഭവം അകത്തുണ്ടാവും. എന്നാലും വേണല്ലോ ഒന്നൂടെ" എന്ന് പറഞ്ഞുകൊണ്ട് നാറാണത്തു ഭ്രാന്തൻ ചുറ്റുപാടും തെരഞ്ഞു. "പാക്കനാര് വന്നില്ല...അല്ലേ", എന്നയാൾ കൂട്ടിച്ചേർത്തു.

പറഞ്ഞുതീരുംമുമ്പ് കയ്യിൽ ഒരു ഇലപ്പൊതിയുമായി പാക്കനാര് ഓടിക്കയറി മുറ്റത്തേക്ക് വന്നു.

"ഇത്രടം ഓടി വരാായിരുന്നു അല്ലെ." നാറാണത്തുഭ്രാന്തൻ ചോദിച്ചു.

കിതപ്പാറ്റുന്നതിനിടയിൽ ഇലപ്പൊതി നാക്കിലത്തുമ്പിൽ വെച്ച് പാക്കനാർ പറഞ്ഞു: "കൊണ്ടോരാനുള്ള വിഭവം കയ്യിൽ കിട്ടാൻ കുറച്ചുവൈകി." ഉടുമുണ്ടിൽ കൈരണ്ടും തുടച്ച് പാക്കനാർ ഒരിടത്തേക്ക് ഒതുങ്ങിനിന്നു.

അഗ്നിഹോത്രി അകത്തേക്ക് നോക്കി വിളിച്ചുപറഞ്ഞു "ഇതേ! ഒന്നിങ്ങട്ട് വരൂ...പാക്കനാര് കൊണ്ട് വന്ന വിഭവം അകത്തേക്ക് എടുത്തോളൂ."

അകത്തുള്ളോര് മറ്റെങ്ങും നോക്കാതെ കാൽക്കീഴിൽ മാത്രം നോക്കിക്കൊണ്ട് മുറ്റത്തിറങ്ങി ഇലപ്പൊതിയെടുത്ത് അകത്തേക്ക് തന്നെ പോയി. അകത്ത് കടന്ന ഉടൻ ഉറക്കെ നിലവിളിച്ചുകൊണ്ടവർ പുറത്തേക്കോടി. എല്ലാവരും പകച്ചുനിൽക്കെ കയ്യിലെ ഇലപ്പൊതി മുറ്റത്തിനപ്പുറം പറമ്പിലേക്കും വലിച്ചെറിഞ്ഞു. "ഛേ... മ്ലേഛം... മ്ലേഛം... ആകെ അശുദ്ധമായി..."

അകത്തുള്ളോര് ഓക്കാനിക്കാൻ തുടങ്ങി.

പരിഭ്രമത്തോടെ അടുത്തേക്ക് ഓടിവന്ന അഗ്നിഹോത്രി ചോദിച്ചു, "എന്താ ഉണ്ടായെന്ന് പറയൂ." അകത്തുള്ളോര് പറഞ്ഞു:

"കണ്ടില്ലേ പറയൻ കൊണ്ടുവന്നത് പശുവിന്റെ അകിട്...ശ്രാദ്ധമൂട്ടിന് പറ്റിയ വിഭവം.. എന്റെ കയ്യാകെ നാറി... ഹേയ് കണ്ടില്ലേ ചോര."

കൈമലർത്തിക്കാണിച്ച ശേഷം അവർ അകത്തേക്കോടി.

കലികയറിയ അഗ്നിഹോത്രി മുറ്റത്തേക്കിറങ്ങി പാക്കനാരുടെ കയ്യിലെ ചൂരൽവടി പിടിച്ചുവാങ്ങി അയാളെ പൊതിരെ തല്ലി.

സഹോദരങ്ങൾ ആരും തടയാൻ ചെന്നില്ല.

അകത്തുള്ളോര് വിളിച്ചുപറയുന്ന ശാപവചനങ്ങൾ അപ്പോഴും കേൾക്കാമായിരുന്നു.

ഓരോ അടികിട്ടുമ്പോഴും പാക്കനാര് ചിരിച്ചുകൊണ്ടിരുന്നു. പാക്കനാര് പതുക്കെപ്പറഞ്ഞു: "പറയന് പണ്ടേ കൂലി പന്തീരായിരം ചൂരൽപ്പഴങ്ങൾ ....നല്ല മധുരം."

അകത്തുള്ളോര് വേലക്കാരി തള്ളയെയും കൂട്ടി കുളിക്കാൻ കുളക്കരയിലേക്കു പോയി. അഗ്നിഹോത്രി മുറ്റത്തെ കിണറ്റിൽനിന്ന് വെള്ളം കോരി തലയിലൊഴിച്ചു. മന്ത്രാക്ഷരങ്ങൾ ഉരുവിട്ടുകൊണ്ടേയിരുന്നു.

ശ്രാദ്ധമൂട്ട് അലങ്കോലപ്പെട്ടതിന്റെ ചെറിയ അസ്വാരസ്യം എല്ലാവരുടെയും മുഖത്ത് കാണാനുണ്ടായിരുന്നു.

നാറാണത്ത് ഭ്രാന്തൻ ഒരു ചെറുചിരിയോടെ മുറ്റത്തിനപ്പുറം പറമ്പിലേക്കിറങ്ങി അവിടവിടെ ചിക്കിപ്പരത്താൻ തുടങ്ങി. എന്തോ അത്യത്ഭുതം കണ്ടതുപോലെ പൊട്ടിച്ചിരിച്ചുകൊണ്ടയാൾ ഉറക്കെവിളിച്ചു. "വന്നോളൂ...എല്ലാരും വന്നോളൂ."

കുലത്തിൽപ്പെട്ട എല്ലാവരും പറമ്പിലേക്ക് ഇറങ്ങിച്ചെന്നു. നാറാണത്ത് ഭ്രാന്തൻ പറഞ്ഞു: "കണ്ടില്ലേ നേരമ്പോക്ക്. പശുവിന്റെ അകിട് മുളച്ച് വള്ളിയായി പടർന്ന്....പൂവിട്ട് കായ്ച്ചിരിക്കുന്നു. പശുവിന്റെ മുലക്കണ്ണുകൾ പോലത്തെ കായ്കൾ."

കാരക്കലമ്മ രണ്ട് കായ്കൾ പറിച്ച് കൈവെള്ളയിലിട്ട് നല്ലപോലെ നോക്കി. ഒന്ന് പൊട്ടിച്ച് കടിച്ച് ചവച്ചിറക്കിക്കൊണ്ട് പറഞ്ഞു: "പച്ചയ്ക്കും തിന്നാം വേവിച്ചും തിന്നാം... തോരൻ വെക്കാൻ നല്ലതാ...പറിച്ചെടുത്തോളൂ കോവക്കായ."

പറിച്ചെടുത്ത കോവക്കായ്കളുമായി കാരക്കലമ്മ മുറ്റത്തുകയറി. നാക്കിലയിൽ വെച്ച് ആഗ്നിഹോത്രിയെ വിളിച്ചു.

തലതുടച്ചുകൊണ്ട് വന്ന അഗ്നിഹോത്രിയോട് കാരക്കലമ്മ പറഞ്ഞു: "ഏട്ടാ ഇത് കോവക്കായ. പാക്കനാരുടെ പങ്ക്. പറയന്റെ വിഭവത്തോടു പരിഭവം വേണ്ട. ഊട്ടിന് ചേരും."

കോവക്കായ്കൾ കയ്യിൽ വാങ്ങിയ അഗ്നിഹോത്രി അകത്തേക്ക് പോയി.

നിലവിളക്കിൻ തിരിതെളിഞ്ഞു. മന്ത്രോച്ചാരണം തുടങ്ങി.

ശ്രാദ്ധം കഴിഞ്ഞ് പടിയിറങ്ങുമ്പോൾ നാറാണത്ത് ഭ്രാന്തനോട് പാക്കനാര് സ്വകാര്യം പറഞ്ഞു.

"ഞാനിന്നലെ ധന്വന്തരിയെ സ്വപ്നം കണ്ടിരുന്നു.

സ്വപ്നദർശനത്തിൽ ഭഗവാൻ പറഞ്ഞു"

നാറാണത്തു ഭ്രാന്തൻ ചോദിച്ചു. "കോവക്കായ തോരനുണ്ടാക്കാൻ പറ്റുമെന്നേ പറഞ്ഞേ?" പാക്കനാർ പറഞ്ഞു:

"അല്ല. കോവക്കിഴങ്ങ് ഭ്രാന്തിനുള്ള ചികിത്സയാണെന്ന് പറഞ്ഞു."

ഉറക്കെച്ചിരിച്ചുകൊണ്ട് ഭ്രാന്തൻ പറഞ്ഞു: "ഭേഷ്.... ബ്രാഹ്മണന്റെ ജാതിഭ്രാന്തിന് പറയന്റെ ചികിത്സ. അതാണ് വേണ്ടത്."

Note: ആയുർവേദ ചികിത്സാ വിധിയിൽ ഭ്രാന്തിനുള്ള ചികിത്സക്കായി കോവക്കിഴങ്ങ് ഫലവത്തായ ഒരു മരുന്നാണെന്ന് പറയുന്നുണ്ട്.

4

കംസനും പൂതനയും

ചിത്രശാലയിലെ ആട്ടുകട്ടിലിൽ ഇരുന്ന് ഗാഢമായി എന്തോ ആലോചിക്കുകയായിരുന്ന കംസരാജന്റെ സമീപത്തേക്ക് അന്തഃപുരം കാവൽക്കാരിയായ കൈതവി സാവധാനം കടന്നുചെന്ന് മഹാരാജനെ തൊഴുതുവണങ്ങി. ചിന്തയിൽനിന്നുണർന്ന കംസരാജൻ ചോദിച്ചു "എന്താണ് കൈതവിയുടെ ആഗമനോദ്ദേശം?....വിശേഷിച്ചെന്തെങ്കിലും."

കൈപ്പടംകൊണ്ട് മുഖം പാതിമറച്ചുകൊണ്ട് കൈതവി പറഞ്ഞു: "മഹാരാജൻ, ദയവായി അവിടന്ന് അന്തഃപുരത്തിലേക്കു ചെല്ലാൻ തിരുമനസുണ്ടാകണം. മഹാറാണിമാർ രണ്ടുപേരും പരസ്പരം പുണർന്ന് കരയുകയാണ്."

ആട്ടുകട്ടിലിൽനിന്ന് എഴുന്നേറ്റുകൊണ്ട് കംസരാജൻ ചോദിച്ചു "കൈതവി! നമ്മുടെ പ്രിയപത്നിമാരായ അസ്ഥിയും പ്രതസ്ഥിയും ഇങ്ങനെ വിലപിക്കാൻ മാത്രം എന്താണുണ്ടായത്?"

കൈതവി പറഞ്ഞു: "അറിയില്ല തമ്പുരാനേ... അടിയനറിയില്ല. എങ്കിലും ഒരു കാര്യം അടിയൻ കേട്ടത് തിരുമനസിലേക്കുണർത്തിച്ചാൽ തിരുവുള്ളക്കേടുണ്ടാവരുത്."

കംസൻ പറഞ്ഞു: "കൈതവി... നീ രാക്ഷസകുലത്തിൽ ജനിച്ചവളെങ്കിലും അസത്യം പറയില്ലെന്ന് നമുക്കറിയാം. പറയൂ എന്താണെന്റെ ഭാര്യമാർ പറയുന്നത്?"

കൈതവി നിർത്തിനിർത്തിപ്പറഞ്ഞു: "സങ്കടം... പ്രഭോ മഹാസങ്കടം സന്താനലബ്ധിയില്ലത്തതിന്റെ മനസ്താപമാണ് രണ്ടുപേർക്കും. ഏതെങ്കിലും ശാപമാണോ അതിന് കാരണമെന്നവർ ഭയപ്പെടുന്നു പ്രഭോ."

നിസ്സാരമാക്കികൊണ്ട് കംസരാജൻ പറഞ്ഞു: "ഓ! അങ്ങനെയോ നമുക്കോ നമ്മുടെ പത്നിമാർക്കോ വാർധക്യമൊന്നും ബാധിച്ചിട്ടില്ലല്ലോ.

കൈതവീ സംഭവിക്കേണ്ടതെല്ലാം കാലാകാലങ്ങളിൽ സംഭവിക്കുമെന്ന് അവരോട് പറയൂ. പിന്നെ ശാപം?! ശാപങ്ങളൊന്നും ഏറ്റുവാങ്ങാൻ പിറന്നവനല്ല ഈ മഥുരാപുരിയിലെ കംസരാജൻ. പറഞ്ഞേക്കൂ കൈതവീ നമ്മുടെ ഭാര്യമാരോട്....മധുരയിലെ കംസരാജൻ ജയിക്കാനും ഭരിക്കാനുമായി മാത്രം പിറന്നവനാണെന്ന്. കരുത്തനെന്ന് പേരുകേട്ട, നമ്മുടെ ഭാര്യാ പിതാവ് ജരാസന്ധൻ പോലും നമ്മുടെ പേരുകേട്ടാൽ വിറയ്ക്കും. അറിവില്ലായിരിക്കും അസ്ഥിക്കും പ്രതസ്ഥിക്കും അക്കാര്യം....ഉം ചെന്ന് പറഞ്ഞേക്ക്."

തൊഴുതുവണങ്ങി തിരിച്ചുപോകാനൊരുങ്ങിയ കൈതവിയെ തിരിച്ചുവിളിച്ച് കംസൻ ശാന്തനായി പറഞ്ഞു: "നമ്മുടെ ഭാര്യമാരുടെ ദാസികളായ പൂതനയോടും വൃകോദരിയോടും പറയൂ കഥകൾ പറഞ്ഞ് അസ്ഥിയെയും പ്രതസ്ഥിയെയും ആശ്വസിപ്പിക്കാൻ."

കൈതവി ഒരിക്കൽക്കൂടി കംസരാജനെ വണങ്ങിയശേഷം അന്തഃപുരത്തിലേക്ക് നടന്നു.

അന്തഃപുരത്തിലെത്തി, അസ്ഥിയും പ്രതസ്ഥിയും അപ്പോഴും കരഞ്ഞുകൊണ്ടിരിക്കുകയായിരുന്നു. അകത്തേക്ക് കടന്നുവന്ന കൈതവിയെ കണ്ടപ്പോൾ പൂതന പറഞ്ഞു: "അമ്മേ ഇതുകണ്ടില്ലേ രണ്ടുപേരും നിർത്താതെ കരയുകയാണ്."

അസ്ഥിയും പ്രതസ്ഥിയും മഞ്ചത്തിൽനിന്ന് എഴുന്നേറ്റ് ഇരുഭാഗങ്ങളിൽ നിന്നുമായി കൈതവിയെ കെട്ടിപ്പിടിച്ചുകൊണ്ട് പറഞ്ഞു:

"പറയൂ കൈതവീ ഞങ്ങൾരണ്ട് പേരും ഇങ്ങനെ ഊഷരഭൂമികളായി തീർന്നതെങ്ങനെയാണ്....!"

അസ്ഥി പറഞ്ഞു: "ഇത് ശാപമല്ലാതെ മറ്റെന്താണ്?

കംസരാജന്റെ പിതാവ് കാരാഗൃഹത്തിൽ കിടന്ന് നരകിക്കുന്നതിന്നിടയിൽ വിളിച്ചുപറയുന്ന ശാപവാക്കുകളെല്ലാം ഞങ്ങളെയല്ലേ ബാധിക്കുന്നത്. ഞങ്ങൾ ചിരവന്ധ്യകളായിത്തീർന്നാൽ ഈ രാജവംശംതന്നെ അന്യംനിന്നു പോകില്ലേ കൈതവീ."

കൈതവി കുറെ സമയത്തേക്ക് ഒന്നും പറയാതെ രണ്ടുപേരുടെയും പുറം തടവി ആശ്വസിപ്പിച്ചുകൊണ്ടിരുന്നു. അസ്ഥിയോടും പ്രതസ്ഥിയോടും മുഖംകഴുകാൻ പറഞ്ഞശേഷം കൈതവി പൂതനയോട് പഴച്ചാറ് കൊണ്ടുവരാൻ പറഞ്ഞു. മുഖം കഴുകിവന്ന റാണിമാർ പട്ടുതുണികൊണ്ട് മുഖം തുടച്ചശേഷം മഞ്ചത്തിന്റെ ഇരുവശങ്ങളിലുമായിരുന്നു. ചെറുപാത്രങ്ങളിൽ നിറച്ച പഴച്ചാറുമായി വന്ന പൂതനയുടെ കയ്യിൽ നിന്ന് പാത്രങ്ങൾ വാങ്ങി റാണിമാർക്ക് കൊടുത്തശേഷം കൈതവി മഞ്ചത്തിന് അഭിമുഖമായി നിലത്ത് പതിഞ്ഞിരുന്നു.

പഴച്ചാറ് നുണയുന്നതിനിടയിൽ അസ്ഥി പറഞ്ഞു: "സ്വന്തം പിതാവിനെ കാരാഗൃഹത്തിലടച്ച് ഭരണം പിടിച്ചുപറ്റിയതു തന്നെ മഹാപാപം."

പ്രതസ്ഥി പറഞ്ഞു: "അതിലും പാപമാണ് മുലപ്പാലിന്റെ മണം മാറാത്ത ഒരു കുഞ്ഞിനെ ശത്രുവായി കരുതി അതിനെ വധിക്കാൻ ഒരു

പ്പെടുന്നത്. അതും ഏകസഹോദരിയുടെ കുഞ്ഞിനെ. ദേവകി നൊന്തു പെറ്റ ഏഴ് കുഞ്ഞുങ്ങളെയും നിലത്തടിച്ച് ചോരചിതറിച്ച് കൊന്നുകളഞ്ഞ കൊടും പാതകത്തിന്റെ ഫലം...ആ ഇളം പൈതലുകളുടെ ചുടു നിശ്വാസങ്ങൾ ഈ കൊട്ടാരത്തിന്റെ നാലു ചുവരുകൾക്കുള്ളിൽ തളം കെട്ടിക്കിടക്കുകയാണ്. പരാക്രമിയായ കംസരാജനെ വധിക്കാൻ പിറന്ന കുഞ്ഞാണ് അമ്പാടിയിലെ ചെറുപൈതൽ എന്ന് നാരദരുടെ വാക്കുകേട്ട് ഇറങ്ങിപ്പുറപ്പെട്ടിരിക്കുകയാണ്. എത്ര മായാവി ആയാലും അമ്പാടിയിലെ ഉണ്ണികൃഷ്ണൻ ഒരു ചെറിയ ശിശുവല്ലേ? ആ കുഞ്ഞിന് അതികായരായ അസുരന്മാരെയും രാക്ഷസന്മാരെയും വധിക്കാൻ കഴിയുമോ. ഇതിന്റെയൊക്കെ പിറകിൽ മറ്റാരോ ആണെന്നത് കംസരാജൻ എന്നാണാവോ തിരിച്ചറിയുക.

കാരാഗൃഹത്തിന്റെ അന്ധകാരത്തിൽ വെന്തുനീറുന്ന ഒരു പിതൃഹൃദയത്തിന്റെയും ഒരു സഹോദരിയുടെ സന്താനനാശത്തിന്റേയും വേദനകൾ അഗ്നിയായി പുറപ്പെട്ടാൽ അതുമാത്രം മതിയാകില്ലെ മഥുരാപുരിയെ ചാമ്പലാക്കാൻ" ശരീരമാകെ വിറച്ചുകൊണ്ട് പ്രതസ്ഥി ഒരിടത്തിരുന്നു കിതയ്ക്കാൻ തുടങ്ങി.

കൈതവി പറഞ്ഞു: "മഹാറാണി അടിയൻ രാക്ഷസിയാണ് അന്തപ്പുരം കാവൽക്കാരിയുമാണ്. എന്റെ മക്കളായ പൂതനയും വൃകോദരിയും റാണിമാരുടെ ദാസികളുമാണ്. ഞങ്ങൾക്ക് നാവും കണ്ണും ചെവിയുമുണ്ടെങ്കിലും കാണാനോ കേൾക്കാനോ പറയാനോ അവകാശമില്ലെന്ന് റാണിമാർക്ക് അറിയാമല്ലോ. രണ്ട് മക്കളെ പെറ്റ ഒരമ്മയെന്ന നിലക്ക് എനിക്ക് മനസിലാകുന്നുണ്ട് നിങ്ങളുടെ വേദനയും അമർഷവും. അമ്പാടിയിലെ കുരുന്നു ബാലനെ വധിക്കാൻ മഹാരാജാവ് പറഞ്ഞയച്ച പ്രലംബനും തൃണാവർത്തനും ധേനുകനും ചകടാസുരനും വധിക്കപ്പെട്ടു. അവരെ ആരുവധിച്ചുവെന്ന് കണ്ടവരാരുമില്ല. കുറച്ചുമുമ്പേ ഞാൻ കേട്ട ഒരു വാർത്തയുണ്ട്."

ആകാംഷയോടെ അസ്ഥിയും പ്രതസ്ഥിയും ഒന്നിച്ചു ചോദിച്ചു.

"എന്താണ് കൈതവീ ആ വാർത്ത?"

കൈതവി പറഞ്ഞു: "മഥുരയിലെ എല്ലാ ശിശുക്കളെയും കൊന്നൊടുക്കാൻ പോവുകയാണ് മഹാരാജാവ്. മഹാരാജാവിന്റെ സന്തതസഹചാരിയും കുബുദ്ധിയുമായ അരിഷ്ഠകന്റെ ഉപദേശമാണത്രെ. രാജാവ് അത് അതേപോലെയങ്ങ് അംഗീകരിച്ചിരിക്കുന്നു. വധിക്കപ്പെടുന്ന ശിശുക്കളുടെ രക്ഷിതാക്കളുടെ ഉള്ളകം കലങ്ങിയ ശാപം ഈ രാജകുടുംബത്തെ നശിപ്പിക്കാതിരിക്കില്ല.... ഏഷണിപറയാൻ നടക്കുന്ന നാരദരെയാണ് നിങ്ങൾ ആദ്യം കാണേണ്ടത്. അല്ല, അദ്ദേഹത്തോടാണ് കേണപേക്ഷിക്കേണ്ടത്... മഹാരാജനെ ക്രൂരതകൾക്ക് പ്രേരിപ്പിക്കരുതെന്ന് കേണപേക്ഷിക്കണം."

അസ്ഥിയും പ്രതസ്ഥിയും പഴച്ചാറ് കുടിച്ചുതീർന്നപ്പോൾ പാത്രങ്ങളുമെടുത്ത് പൂതന അകത്തേക്ക് പോയി. റാണിമാരെ വീശിത്തണുപ്പിച്ചുകൊണ്ട് വൃകോദരി മഞ്ചത്തിന്നടുത്തുതന്നെനിന്നു.

"അമ്പാടിയിലെ ആ അത്ഭുതബാലനെ എനിക്കൊന്നു കാണണ മെന്നുണ്ടായിരുന്നു." പ്രതസ്ഥിയാണങ്ങനെ പറഞ്ഞത്. അവളുടെ കണ്ണിലെ തിളക്കം കൈതവി ശ്രദ്ധിക്കുന്നുണ്ടായിരുന്നു. അസ്ഥി പറഞ്ഞു: "നീലമേഘനിറം കലർന്ന ശരീരത്തോടുകൂടിയ ആ ബാലൻ അതിസുന്ദരനാണെന്ന് പലരും പറയുന്നു. കണ്ടാൽ ദേവകിയെപ്പോലെയോ വസുദേവരെപ്പോലെയോ അല്ലത്രെ. ഇളംകാലുകളിൽ വൈരക്കല്ല് പതിച്ച സ്വർണനൂപുരങ്ങളും, കൈകളിൽ മരതകം പതിച്ച തങ്കവളകളും, കുനുന്ന് മുടിക്കെട്ടിൽ മയിൽപ്പീലിയും, അരയിൽ മഞ്ഞപ്പട്ടും, കഴുത്തിൽ പുലിനഖത്താലിയും, അരയിൽ ഏഴരമാറ്റ് പൊന്നരഞ്ഞാണവുമായി യശോദയുടെ മടിയിൽക്കിടന്ന് ചിരിതൂകുന്ന ആ കൊച്ചുബാലൻ രാക്ഷസന്മാരെ വധിക്കുമെന്ന് പറയുന്നത് എന്തൊരു വിരോധാഭാസമാണ്."

എല്ലാം കേട്ട് നിൽക്കുകയായിരുന്ന കൈതവി ചിരിച്ചുകൊണ്ട് പറഞ്ഞു: "എല്ലാവരും പറയുന്നത് കേട്ടപ്പോൾ ഒരു കാര്യം തീർച്ച, ഉണ്ണികൃഷ്ണൻ കാലന്റെ ജന്മമല്ല."

ഊട്ടുപുരയിലെ ജോലിക്കാരിൽ ഒരാൾ വന്ന് വിളിച്ചപ്പോൾ കൈതവി അയാളുടെ കൂടെ പുറത്തേക്ക് പോയി.

കൈതവിയെ തടഞ്ഞുനിർത്തിക്കൊണ്ട് പ്രതസ്ഥി പറഞ്ഞു: "കൈതവീ! നാരദമഹർഷി കൊട്ടാരത്തിലെത്തിയാൽ ഞങ്ങളെ വിവരമറിയിക്കാൻ മറക്കരുത്. ഞാനും ജേഷ്ഠത്തി അസ്ഥിയും ജരാസന്ധന്റെ രണ്ട് പെൺമക്കളാണെന്ന് അറിയാവുന്ന അദ്ദേഹം ഞങ്ങളെ കാണാതിരിക്കില്ല."

അത് കേട്ടുകൊണ്ട് അന്ത:പുരത്തിലേക്കു കടന്നുവന്ന കംസരാജൻ ചോദിച്ചു. "ദേവർഷിയെ സ്ത്രീകളുടെ അന്ത:പുരത്തിലേക്ക് ക്ഷണിച്ചുവരുത്തുന്നത് എന്തിനാണാവോ? നമ്മെ ഉപദേശിക്കാൻ പറയാനാണെങ്കിൽ വേണ്ട...."

റാണിമാർക്ക് വീശിക്കൊണ്ടുനിന്ന വൃകോദരിയോട് പോയ്ക്കൊള്ളാൻ ആംഗ്യംകാണിച്ചുകൊണ്ട് കംസൻ ഇരിപ്പിടത്തിലിരുന്നു.

ഭാര്യമാരോടായി കംസൻ പറഞ്ഞു: "ജരാസന്ധന്റെ പുത്രിമാരായ നിങ്ങൾക്ക് ഭർത്താവായ നമ്മുടെ ശേഷി എത്രത്തോളമുണ്ടെന്നറിയില്ല."

ഇരിപ്പിടത്തിൽനിന്ന് എഴുന്നേറ്റ് അങ്ങോട്ടുമിങ്ങോട്ടും നടന്നുകൊണ്ട് കംസരാജൻ അഭിമാനംനിറഞ്ഞുതുളുമ്പുന്ന മുഖഭാവത്തോടെ പറഞ്ഞുകൊണ്ടിരുന്നു. "മഥുരയിലെ മഹാരാജൻ...ഈ കംസരാജനുള്ളത് ഒരു കോടിയിലധികം വരുന്ന യുദ്ധവീരന്മാർ, എട്ടുലക്ഷത്തോളം വരുന്ന രഥവീരന്മാർ, അത്രത്തോളം വരുന്ന ഗജവീരന്മാർ, മുപ്പത്തിരണ്ട് ലക്ഷം അശ്വഭടന്മാർ...കിങ്കരന്മാരായി പ്രലംബനും മുഷ്ഠികനും അഷ്ടകനും ധേനുകനും...അങ്ങനെ ഒട്ടനവധിയാണ്...ഏത് പ്രബലശക്തിയെയും നേരിടാൻ നാം സദാസന്നദ്ധനാണ്. മുലപ്പാൽ നുകർന്നുകിടക്കുന്ന ഒരു ശിശുവാണത്രെ ഇപ്പോൾ കംസരാജനെ വധിക്കാൻ പോകുന്നത്. എങ്കിൽ മഥുരയിൽ വേണ്ട ഇനി ശിശുക്കളാരും. എന്റെ ഭാര്യമാരായ നിങ്ങളുടെ

ഉദരത്തിൽ പിറക്കുന്ന ശിശുക്കളും തക്കം പാർത്ത് നമ്മെ വധിക്കില്ല എന്ന് എന്താണുറപ്പ്."

കംസന്റെ മുഖത്ത് നോക്കാതെ ശയ്യാഗാരത്തിന്റെ ജനലഴികളിൽ സാവധാനം വിരലമർത്തിക്കൊണ്ട് പ്രതസ്ഥി പറഞ്ഞു: "മഹാത്മൻ, അങ്ങയെ പരാജയപ്പെടുത്താനോ വധിക്കാനോ മഹാശക്തർക്കുപോലും കഴിയില്ലെന്ന് താങ്കൾക്ക് അറിയാമെന്നിരിക്കെ എന്തിനാണീ ശിശുഹത്യ. ഞങ്ങൾ രണ്ടുപേരുടെയും എന്റെയും അസ്ഥിയുടെയും ഉദരത്തിൽ ഒരു കുഞ്ഞ് പിറക്കാത്തതിന്റെ അതിദു:ഖം ഞങ്ങൾ അനുഭവിക്കുകയാണ്. സത്യത്തിൽ താങ്കളും അതിൽ ദു:ഖിക്കുന്നില്ലേ. ശിശുഹത്യ പാപവും പിതൃശാപവും തീർത്താലൊടുങ്ങാത്ത മഹാപാപങ്ങളായി നമ്മെ ബാധിക്കില്ലേ."

കൈമുഷ്ടികൾ പരസ്പരം കൂട്ടിയിടിച്ചുകൊണ്ട് ജ്വലിക്കുന്ന കണ്ണുകളോടെ കംസൻ പറഞ്ഞു: "നിർത്ത്...പിതൃശാപം...പിതൃശാപം...പിതൃശാപം. ഞാൻ കാരാഗൃഹത്തിലടച്ച ഉഗ്രസേനരാജൻ എന്റെ പിതാവാണെന്ന് ആരു പറഞ്ഞു. ആരുപറഞ്ഞ നുണയാണിത്?"

അഗ്നിയിൽ കൈതൊട്ടതുപോലെ ഉള്ളംപൊള്ളി വേദനിച്ചുനിന്ന അസ്ഥിയും പ്രതസ്ഥിയും ഒരേ ശബ്ദത്തിൽ പറഞ്ഞു.

"മഹാരാജൻ! അരുത് സ്വന്തം പിതാവിനെ കാരാഗൃഹത്തിലടച്ച മഹാപാപത്തിന് പിറകെ പിതൃത്വത്തെ തള്ളിപ്പറയുന്ന പാപംകൂടി അവിടത്തെ ശിരസിൽ ഏറ്റിവെക്കരുത്."

കംസരാജൻ വിയർപ്പിൽ മുങ്ങിക്കുളിച്ചു ഉടയാടകൾ നനഞ്ഞു. സംയമനം പാലിക്കാൻ ശ്രമിച്ചുകൊണ്ടദ്ദേഹം ചാരുമഞ്ചത്തിന്റെ മണിമകുടത്തിൽ ഇരുകൈകളുമമർത്തി ദീർഘശ്വാസമയച്ചു. നെറ്റിത്തടത്തിൽ ഉരുണ്ടുകൂടിയ വിയർപ്പുതുള്ളികൾ ഉത്തരീയത്തുമ്പുകൊണ്ട് തുടച്ചുമാറ്റി. ശക്തി ക്ഷയിച്ചവനെപ്പോലെ അദ്ദേഹം മഞ്ചത്തിന്റെ തലപ്പത്ത് ഭാര്യമാർക്ക് അഭിമുഖമായിരുന്നു. കൈത്തലംകൊണ്ട് മുഖം പൊത്തി കുറെനേരം ഒന്നും മിണ്ടാതെ കുനിഞ്ഞിരുന്നു.

പിന്നെ സാവധാനം തലയുയർത്തി ഇടറുന്ന ശബ്ദത്തിൽ കംസൻ പറഞ്ഞു: "പ്രിയപ്പെട്ട അസ്ഥീ! പ്രിയപ്പെട്ട പ്രതസ്ഥീ! മറ്റാരോടും പറയാതെ, ഉള്ളിന്റെ ഉള്ളിൽ ഇതുവരെ ഞാൻ ഒതുക്കിവെച്ച ഒരു സത്യം... മറച്ചുവെച്ച ഒരു ദു:ഖം, ഇപ്പോൾ ഞാൻ നിങ്ങളോട് തുറന്നുപറയുകയാണ്..."

ഭർത്താവിനെ ഇങ്ങനെയൊരു ഭാവത്തിൽ ഇതുവരെ കാണാതിരുന്ന അസ്ഥിയും പ്രതസ്ഥിയും അത്ഭുതത്തോടെ അദ്ദേഹത്തെത്തന്നെ നോക്കിയിരുന്നപ്പോൾ കംസൻ പറഞ്ഞു: "പ്രിയപത്നിമാരെ ത്രിലോകങ്ങളെയും വിറപ്പിക്കുന്ന ഈ കംസൻ മഥുരയിലെ ഉഗ്രസേനന്റെ മകനല്ല എന്ന സത്യം നിങ്ങളെങ്കിലും അറിഞ്ഞിരിക്കണം." വിറയാർന്ന ശബ്ദത്തിൽ കംസൻ തുടർന്നുപറഞ്ഞു:

"പിഴച്ചുണ്ടായവനാണ് ഈ കംസൻ...എന്റെ പിതാവെന്ന് ലോകം വിശ്വസിക്കുന്ന ഉഗ്രസേനന്റെ ഭാര്യയിൽ ദ്രമിളൻ എന്ന ഗന്ധർവനുണ്ടായ മകനാണ് ഞാൻ. പിഴച്ചുപോയ ഭാര്യയിലുണ്ടായ സന്തതിയുടെ 'പിതൃത്വം' എന്ന വിഴുപ്പുഭാണ്ഡം തലയിലേറ്റിയവനാണ് ഉഗ്രസേനൻ. അയാളെയാണ് ഞാൻ അച്ഛാ എന്ന് വിളിച്ചിരുന്നത്. 'അച്ഛനും', 'അമ്മയും' ചുട്ടുനീറുന്ന രണ്ട് തീക്കട്ടകളാണ്. ആ വാക്കുകൾ എന്റെ മനസിനെ സദാ പൊള്ളലേൽപ്പിക്കുന്ന വാക്കുകൾ."

കംസരാജൻ ഭാര്യമാരെ കെട്ടിപ്പിടിച്ച് കണ്ണീരൊഴുക്കി.

കണ്ണീര് കഴുകിക്കളഞ്ഞ കംസൻ വീണ്ടും ക്രൂരതയുടെ മുഖപടമണിഞ്ഞു. ചോർന്നുപോയ ശക്തിയെ തിരിച്ചെടുത്ത് ചവിട്ടേറ്റ സർപ്പത്തെപ്പോലെ ഫണം വിടർത്തി ശീർക്കാരം മുഴക്കി. സ്ഥാനം തെറ്റിക്കിടന്ന കിരീടവും ഉത്തരീയവും നേരെയാക്കിയ ശേഷം ശയ്യാഗാരത്തിൽനിന്ന് പുറത്തേക്ക് പോയി.

മനസിൽ പിതൃബിംബമുടഞ്ഞ വേദനയിൽ പുളയുന്ന ഭർത്താവിനെയോർത്ത് കണ്ണ് നിറയുമ്പോഴും ജീവൻ തുടിക്കാതെ തരിശായി കിടക്കുന്ന ഉദരത്തിൽ കയ്യമർത്തിക്കൊണ്ട് അസ്ഥിയും പ്രതസ്ഥിയും ഭർത്താവിന്റെ ക്രൂരതകളെ വെറുത്തു. ഉള്ളിൽ പകയുടെ തീയെരിഞ്ഞു. ശാപഗ്രസ്ഥമായ സ്ത്രീജന്മത്തെ സ്വയം ശപിച്ചുകൊണ്ട് രണ്ട്പേരും ചാരുമഞ്ചത്തിൽ അടുത്തടുത്തായി ചാഞ്ഞുകിടന്ന് നെടുവീർപ്പിട്ടു.

അകത്തേക്ക് കടന്നുവന്ന കൈതവി പറഞ്ഞു: "കിങ്കരന്മാർ നാടൊട്ടുക്ക് നടന്ന് ശിശുക്കളെ കൊന്നൊടുക്കി. പെറ്റമ്മമാർ പട്ടിക്കൂട്ടിലൊളിപ്പിച്ച കുഞ്ഞുങ്ങളെപ്പോലും തെരഞ്ഞുപിടിച്ച് വാളിനിരയാക്കി. മഥുരയുടെ മേൽക്കൂരയ്ക്ക് കീഴെ ഉയർന്നുകേൾക്കുന്ന ശബ്ദം ശിശുക്കൾ വധിക്കപ്പെട്ട അമ്മമാരുടെ നിലയ്ക്കാത്ത നിലവിളികളാണ്."

അസ്ഥിയും പ്രതസ്ഥിയും ചെവിരണ്ടുംപൊത്തി കിടന്നുകരയാൻ തുടങ്ങി. "ഇല്ല മുളയ്ക്കില്ല ഈ കന്യാഭൂമിയിൽ ഒരു പുൽനാമ്പ് പോലും' ദീനസ്വരത്തിൽ പ്രതസ്ഥിതൊടുത്തുവിട്ട ശാപവചനങ്ങൾ കൊട്ടാരത്തിന്റെ മോന്തായത്തിൽച്ചെന്ന് പ്രതിധ്വനിച്ചു.

പൂതനയും വൃകോദരിയും റാണിമാരെ ആശ്വസിപ്പിച്ചുകൊണ്ട് അവർക്കരികിൽ തന്നെയിരുന്നു.

രാജകൽപ്പനയുമായി വന്ന ഒരു സേവകൻ അകത്തേക്ക് നോക്കിക്കൊണ്ട് പറഞ്ഞു: "കൈതവീ! നിന്റെ മകൾ പൂതനയെ മഹാരാജൻ അന്വേഷിക്കുന്നു."

കാര്യമെന്തെന്നറിയാതെ കൈതവിയും പൂതനയും രാജസന്നിധിയിലെത്തി. രാജാവിനെ തൊഴുത് വണങ്ങി.

കംസരാജൻ ചിരിച്ചുകൊണ്ട് പറഞ്ഞു: "ശിശുക്കളെ മുഴുവൻ നമ്മുടെ കിങ്കരന്മാർ കൊന്നൊടുക്കിയിട്ടും നമ്മുടെ ശത്രു അമ്പാടിയിൽ സസുഖം കഴിയുന്ന വിവരം നമ്മെ അലോസരപ്പെടുത്തുന്നു." ഓർക്കാപ്പുറത്തു വന്ന മഴക്കാറുപോലെ മുഖംകരുവാളിച്ച കംസൻ ഗൗരവത്തിൽ

പറഞ്ഞു: "നമ്മുടെ ശത്രുവിനെ വകവരുത്താൻ ഒരാൾക്കു മാത്രമേ കഴിയൂ."

ഒന്നും മനസിലാകാതെ പൂതനയും കൈതവിയും പരസ്പരം മിഴിച്ചു നോക്കിനിൽക്കെ കംസൻ പറഞ്ഞു: "അത് മറ്റാർക്കുമല്ല ഇവൾ...ഇവൾക്കു മാത്രം. പൂതനേ നിനക്ക് മാത്രമാണതിന് കഴിയുക." ഇത് കേട്ട പൂതനക്ക് തലകറങ്ങുമ്പോലെ തോന്നി. പൂതന കൈതവിയുടെ തോളിൽ പിടിച്ച് നിലത്തുവീഴാതെ നിന്നു. കൈതവി രാജാവിനോട് കേണപേക്ഷിച്ചു. "അരുത്...അരുത് മഹാരാജൻ എന്റെ മകളെ അയക്കരുത് അവൾക്കതിന് കഴിയില്ല മഹാരാജൻ! വർഷങ്ങളായി ഞാനും എന്റെ മക്കളും അന്തഃപുരത്തിന് കാവൽനിന്നും റാണിമാർക്ക് ദാസിപ്പണിചെയ്തും ഈ രാജവംശത്തെ പരിപാലിക്കുകയായിരുന്നില്ലേ, എന്നിട്ടും എന്തിനാണിങ്ങനെയൊരു കൊടുംക്രൂരത?"

കംസൻ ഉറക്കെ ചിരിച്ചുകൊണ്ടു പറഞ്ഞു: "കൈതവീ! കയ്യിൽ വരാൻ പോകുന്ന ശ്രേയസിനെ തള്ളിക്കളയരുത്..നിന്റെ മകൾ പൂതനയുടെ കഴിവിൽ നാം സംപ്രീതനാണ്. അവൾക്കതിന് കഴിയും. കൃഷ്ണവധം കഴിഞ്ഞെത്തുന്ന പൂതനയ്ക്ക് നമ്മുടെ മൂന്നാമത്തെ ഭാര്യയായിരിക്കാം. പിന്നെ പാതിരാജ്യവും അവൾക്കുള്ളതായിരിക്കും. പൂതനേ, നിനക്ക് അമ്പാടിയിലേക്കുള്ള യാത്രയ്ക്കൊരുങ്ങാം."

പൂതനയും കൈതവിയും കണ്ണീരോടെ തിരിച്ചുനടന്നു. ദുസ്സൂചനകൾ മുള്ളാണികളായി മനസിൽ കുത്തിത്തറച്ചപ്പോൾ പൂതനയ്ക്കും കൈതവിക്കും കാലിടറി ഇടനാഴിയിൽ ബോധമറ്റു വീണു.

ശയ്യാഗാരത്തിന് പുറത്തെ ഇടനാഴിയിൽനിന്നുയർന്ന നിലവിളികേട്ട് അസ്ഥിയും പ്രതസ്ഥിയും ഓടിവന്നപ്പോൾ കൈതവിയും പൂതനയും വൃകോദരിയും പരസ്പരം പുണർന്ന് കരയുന്നതാണ് കണ്ടത്.

രാജകൽപ്പനയെന്തെന്ന് കേട്ടറിഞ്ഞ റാണിമാർ സ്ഥലകാലം മറന്ന് ഉറക്കെ വിളിച്ചുപറഞ്ഞു: "ഇല്ല..ഇത് മാത്രം നടക്കില്ല. പ്രിയപ്പെട്ട ദാസിയായ പൂതനയെ ഞങ്ങൾ വിട്ട് തരില്ല. ദാസിമാർ അടിമകളായിരിക്കാം. പക്ഷേ ഇത് അനീതിയാണ്...ക്രൂരതയാണ്."

രാജപത്നിമാരുടെ ഉറച്ച ശബ്ദം കേട്ട് ഇടനാഴിയിലേക്ക് ഓടിവന്ന സേവകൻ കാര്യങ്ങൾ ഗ്രഹിച്ചശേഷം ഒന്നുംപറയാതെ തിരിച്ചു പോയി.

ചിത്രശാലയിലെ ആട്ടുകട്ടിലിൽ ഇരുന്ന് മധുപാനം ചെയ്യുകയായിരുന്ന രാജാവിന് മുമ്പിൽച്ചെന്ന് സേവകൻ തൊഴുതുനിന്നു.

വാക്കുകളുറയ്ക്കാത്ത ഭാഷയിൽ ഏച്ച് വലിച്ച് കംസൻ ചോദിച്ചു. "എന്താണ് അരിഷ്ഠകാ അന്തഃപുരത്തിൽ ഒരു ബഹളം."

ഉണ്ടായ സംഭവങ്ങൾ അരിഷ്ഠകൻ വിശദീകരിച്ചു.

ചിരിച്ചുകൊണ്ട് കംസരാജൻ അരിഷ്ഠകനെ അടുത്തേക്ക് വിളിച്ച് സ്വകാര്യം പറഞ്ഞു: "അരിഷ്ഠകാ! നമുക്ക് പൂതനയെ വശീകരിച്ച് ദൗത്യം ഏറ്റെടുപ്പിക്കാൻ ഒരു കഥ മെനയാം."

അരിഷ്ഠകൻ ഒരു പുഞ്ചിരിയോടെ തലയാട്ടി നിന്നു.

കംസരാജൻ തുടർന്നു പറഞ്ഞു: "പണ്ട് പണ്ട് അതായത് കഴിഞ്ഞ ജന്മത്തിൽ പൂതന മഹാബലിയുടെ മകളായിരുന്നു... പേര് എന്തായിരുന്നു അതെ രത്നമാല! മഹാബലിയുടെ യജ്ഞസമയത്ത് അവതരിച്ച വാമനനെ കണ്ടപ്പോൾ രത്നമാലയ്ക്കൊരുമോഹം! വാമനൻ തന്റെ കുഞ്ഞായി പിറന്നിരുന്നെങ്കിൽ മുലയൂട്ടാമായിരുന്നു എന്ന്. അത് ഈ ജന്മത്തിൽ പൂതനയ്ക്ക് സാധ്യമാകും. അതുകൊണ്ട് അമ്പാടിയിലേക്ക് പൂതനതന്നെ പോകണമെന്നത് അവളുടെ വിധിയാണ്. പൂതന മുലക്കണ്ണിൽ വിഷം പുരട്ടി മോഹിനീരൂപത്തിൽ ചെന്ന് അമ്പാടിയിലെ നമ്മുടെ ശത്രുവിനെ മുലയൂട്ടട്ടെ."

പൊട്ടിച്ചിരിച്ചുകൊണ്ട് കംസൻ അരിഷ്ഠകനോട് ചോദിച്ചു, "അരിഷ്ഠകാ എങ്ങനെയുണ്ട് നമ്മുടെ കഥ?"

അരിഷ്ഠകൻ പറഞ്ഞു: "ഗംഭീരമായിരിക്കുന്നു മഹാരാജൻ...ഗംഭീരമായിരിക്കുന്നു..."

കിടപ്പറയിൽ ജലപാനംപോലുമില്ലാതെ കരഞ്ഞുകിടക്കുകയായിരുന്ന പൂതനയെ മുൻജന്മകഥകൾ പറഞ്ഞ് വശീകരിക്കാൻ കംസരാജനയച്ച രാക്ഷസികൾ വന്നു.

യാത്രയ്ക്ക് തയ്യാറായി നിന്ന പൂതനയെ നോക്കി കൈതവിയും വൃകോദരിയും കണ്ണീർ വാർത്തു.

സർവാഭരണങ്ങളുമണിഞ്ഞ് മോഹിനിയായി നിന്ന പൂതന അമ്മയെയും സഹോദരിയെയും നോക്കി അന്ത:പുരത്തിൽചെന്ന് റാണിമാരായ അസ്ഥിയെയും പ്രതസ്ഥിയെയും കണ്ടു.

അഗ്നിയിലേക്ക് പറക്കാൻ നിൽക്കുന്ന ഈയ്യാമ്പാറ്റയാണെന്നറിഞ്ഞിട്ടും വിളറി ചിരിച്ചുകൊണ്ട് പൂതന കൈതവിയോട് പറഞ്ഞു: "പോയിവരട്ടെ." മോഹിനിവേഷത്തിൽ നിൽക്കുന്ന പൂതനയെ വൃകോദരി കെട്ടിപ്പിടിച്ച് തുരുതുരെ ചുംബിച്ചു. അടക്കാനാവാത്ത ദു:ഖം കൈതവിയുടെ മെയ്യാകെ വിറപ്പിച്ചു.

മനസിന്റെ ഉൾഖനികളിൽ നിന്നുയർന്നുവന്ന ഒരു നിലവിളിയെ നെഞ്ചത്ത് പിടിച്ചുകെട്ടിക്കൊണ്ട് കൈതവി പറഞ്ഞു: "അടിമകളുടെ വിധി എന്നും ഇങ്ങനെയാണ് ഉടമകൾക്കുവേണ്ടി ചത്തൊടുങ്ങുക."

പൂതനയെ കൊണ്ടുപോകാൻ പുറത്തുവന്നുനിന്ന രഥത്തിൽ കെട്ടിയ കുതിരകൾ ചെനക്കിയപ്പോൾ പൂതന മുഖം താഴ്ത്തി ഇറങ്ങി നടന്ന് രഥത്തിൽ കയറി.

5

കാട്ടാളത്തിയുടെ സ്നേഹം

ഇഴജന്തുക്കൾ ഉണ്ടോ എന്ന് ചികഞ്ഞുനോക്കിയ ശേഷം കരിയിലകൾ വാരിക്കൂട്ടി കുന്തിദേവി അതിനകത്ത് കുറെനേരം ഇരുന്നു. തൊട്ടടുത്തുതന്നെ ഭീമസേനൻ കിടക്കുന്നുണ്ടായിരുന്നു. ഇടതുകൈത്തലം തലയ്ക്ക് താങ്ങായിവെച്ച് വലതുകൈത്തണ്ട നീട്ടിവെച്ച് മലർന്നുകിടന്നുറങ്ങുകയായിരുന്ന ഭീമസേനനെ അവർ നോക്കിയിരുന്നു. ക്ഷീണം തോന്നിയപ്പോൾ ഭീമസേനന്റെ കൈത്തണ്ടയിൽ തലകയറ്റിവെച്ച് കുന്തിദേവി ഇടതുവശം ചരിഞ്ഞുകിടന്നു.

കാടായാലും വീടായാലും കൊട്ടാരമായാലും കിടന്ന ഉടൻ ഉറക്കം പിടിക്കുന്ന ഭീമസേനന്റെ കൂർക്കംവലിക്കിടയിൽ കുന്തിദേവിക്ക് ഉറക്കം വന്നില്ല. അവർ കണ്ണുതുറന്ന് വെറുതെ കിടന്നു.

തൊട്ടടുത്തുതന്നെ അവിടവിടെയായി യുധിഷ്ഠിരനും അർജുനനും നകുലസഹദേവന്മാരും കിടക്കുന്നുണ്ടായിരുന്നു.

അകലെ എവിടെയോ കാട്ടുനായ്ക്കൾ ഓലിയിട്ടു. വനത്തിലെവിടെയോ ആളിക്കത്തുന്ന തീയുണ്ടായിരുന്നു. പടർന്നു കത്തുന്ന തീ കണ്ടപ്പോൾ കുന്തിദേവി ദീർഘശ്വാസമയച്ചു. കിടന്നകിടപ്പിൽത്തന്നെ അകലെ അഗ്നിജ്വാലയിലേക്കവർ നോക്കി.

കഴിഞ്ഞ രാത്രിയിൽ അവർക്കും മക്കൾക്കുമിടയിൽ താണ്ഡവം ചെയ്ത അഗ്നിയെ അവർക്ക് ഓർമ വന്നു. അരക്കിന്റെയും ഉരുക്ക് നെയ്യിന്റെയും രൂക്ഷഗന്ധം നാസികക്കകത്ത് ഇപ്പോഴുമുണ്ട്. നാസികക്കകത്ത് മാത്രമല്ല ഹൃദയത്തിലും തലച്ചോറിലും അത് മായാതെ കിടക്കുകയാണ്. ഒരു പക്ഷേ ഈ ജന്മം മുഴുവനും മായാതെ നിൽക്കുന്ന ഭീതിപ്പെടുത്തുന്ന വേദനിപ്പിക്കുന്ന ഗന്ധമായിരിയ്ക്കും അതെന്നവർ ഓർത്തു.

തീപ്പന്തവുമായി അകത്തേക്ക് കയറിവന്ന പുരോചനനെയും ഒരു നേരത്തെ അന്നത്തിനായി ഓർക്കാപ്പുറത്ത് കയറിവന്ന കാട്ടാളത്തിയെയും മക്കളെയും അവർക്ക് ഓർമവന്നു.

ധൃതരാഷ്ട്രന്റെ അന്ധനേത്രങ്ങൾക്ക് പിന്നിലെ ചതിയുടെ നിഴൽപ്പാടുകൾ അവർക്ക് മറക്കാനാവില്ല. ദുര്യോധനന്റെയും ദുശ്ശാസനന്റെയും ശകുനിയുടെയും പൊട്ടിച്ചിരികൾ അന്തരീക്ഷത്തിൽ പ്രതിധ്വനിക്കുമ്പോലെ കുന്തിക്ക് തോന്നി. സുഖവാസത്തിനെന്നും പറഞ്ഞ് തന്നെയും മക്കളെയും വാരണാവനത്തിലേക്കയക്കുമ്പോൾ അത് ചുട്ടുകൊല്ലാനായിരിക്കുമെന്ന് കർണ്ണൻ അറിഞ്ഞിരിക്കുമോ? കുന്തി സ്വയം പറഞ്ഞു: "ഇല്ല അവനറിഞ്ഞിരിക്കില്ല അവനോടാരും അത് പറഞ്ഞിരിക്കില്ല. അറിഞ്ഞാൽ അവൻ അനുവദിക്കുമായിരുന്നില്ല." അവർ സ്വയം ആശ്വസിച്ച് നെടുവീർപ്പിട്ടു.

അരക്കില്ലത്തിന് തീവെക്കുന്നതിന്റെ തലേന്നാൾ വിദുരമഹാശയന്റെ ദൂതനായ ഖനകൻ വന്ന് വിവരം പറഞ്ഞില്ലായിരുന്നെങ്കിൽ ഞാനും മക്കളും ഇപ്പോൾ എവിടെയായിരിക്കും. അന്തകന്റെ കൊട്ടാരത്തിൽ അതിഥികളായി ആറ് ആത്മാക്കൾ! അത് ഓർത്തപ്പോൾ കുന്തിക്ക് മോഹാലസ്യം വരുന്നതുപോലെ തോന്നി.

ഉറക്കത്തിൽ അറിയാതെ ഭീമസേനന്റെ വലംകൈ ഇളകിയപ്പോൾ കുന്തിദേവിയുടെ തല ഒരു വശത്തേക്കു ചരിഞ്ഞു. ഭീമസേനന്റെ മുഖത്തേക്ക് സൂക്ഷിച്ചുനോക്കിയപ്പോൾ ഒരു രംഗം ഓർമയിൽ തെളിഞ്ഞു. ചതിക്കപ്പെടുകയാണെന്ന് മനസിലാക്കിയ ഭീമസേനൻ അരക്കില്ലത്തിന്റെ കതകുകൾ കൊട്ടിയടച്ച് പുരോചനന്റെ മാറത്ത് ആഞ്ഞുചവിട്ടി അവനെ തീയിലേക്കെറിഞ്ഞശേഷം അട്ടഹസിച്ചു. കുന്തിയും യുധിഷ്ഠിരനും അർജുനനും നകുലസഹദേവന്മാരും തുരങ്കത്തിലേക്കിറങ്ങാൻ തയ്യാറായിക്കഴിഞ്ഞിരുന്നു. വേണ്ടത്ര ഭക്ഷണവും മദ്യവും കഴിച്ച് തളർന്നുറങ്ങുകയായിരുന്ന കാട്ടാളത്തിയെയും മക്കളെയും അഗ്നിനാക്കുകൾ തട്ടിയെടുക്കുന്നത് കുന്തിദേവി ഒരു നോക്കു മാത്രമേ നോക്കിയുള്ളു.

ഖനകൻ വഴികാട്ടിയായി മുമ്പേ നടന്നു. തുരങ്കത്തിലൂടെ എത്ര ദൂരമാണ് നടന്നതെന്ന് ഓർമയില്ല. തുരങ്കത്തിന്നകത്തെ കൂരിരുട്ടിൽ നടക്കാൻ വലിയ വിഷമമായിരുന്നു. ഏറെ ദൂരം നടന്നുതളർന്ന കുന്തിയെ തോളത്തിട്ടാണ് ഭീമൻ നടന്നത്. ഭീമസേനന്റെ കൈത്തണ്ടയിലും മാറത്തും കുന്തിദേവി സ്നേഹപൂർവം തടവിക്കൊണ്ടിരുന്നു.

പുകൾപെറ്റ ഹസ്തിനപുരിയിലെ പാണ്ഡുരാജൻ! ഭരതന് ശേഷം ദിഗ്വിജയം ചെയ്ത മഹാരഥൻ. ഹസ്തിനപുരിയിലെ പത്ത് തലമുറയ്ക്ക് സസുഖം കഴിയാനുള്ള ധനധാന്യാദികൾ! കണക്കില്ലാത്തത്ര ആനകൾ, കുതിരകൾ, ഭണ്ഡാരം നിറയെ രത്നങ്ങളും സ്വർണനാണയങ്ങളും! എല്ലാം നേടിയെടുത്ത മഹാരാജൻ! അദ്ദേഹത്തിന്റെ പ്രിയപത്നിയും മക്കളുമാണ് പേരറിയാത്ത ഈ കൊടുംകാട്ടിൽ കാട്ടുകിഴങ്ങുകൾ തിന്നും കാട്ടരുവിയിലെ ജലം കുടിച്ചും കരിയിലകളിൽ കിടന്നുറങ്ങുന്നത്.

ഓർമകൾ കുന്തിയെ വേട്ടയാടിക്കൊണ്ടിരുന്നു.

കൊടുംകാടിന്റെ രാത്രിമുഖം അവരെ നേരിയ തോതിൽ ഭയപ്പെടുത്തി. ഉറക്കം വന്നു തുടങ്ങുകയായിരുന്നു. പാതിനഗ്നമായ വയറിനുമുകളിലൂടെ അതിശൈത്യമുള്ള എന്തോ ഇഴയുന്നതുപോലെ തോന്നി. ഇലകളിൽനിന്ന് കൊഴിഞ്ഞുവീണ മഞ്ഞുതുള്ളിയായിരിക്കുമെന്നാണ് ആദ്യം കരുതിയത്. ഇക്കിളിതോന്നിയപ്പോൾ അവർ പതിയെ തടവി നോക്കി. മഞ്ഞിൽ കുതിർന്ന ഒരു കാട്ടുവള്ളി? ഇടം കൈകൊണ്ട് വലിച്ചെടുത്ത് അതിനെ ദൂരത്തെറിഞ്ഞു. തൊട്ടടുത്ത് ചെന്നു വീണപ്പോൾ അത് ശീൽക്കാരത്തോടെ പത്തിവിടർത്തി ആടാൻ തുടങ്ങിയത് കാനന വെളിച്ചത്തിൽ കുന്തിദേവി കണ്ടു. അവർ എഴുന്നേറ്റിരുന്ന് സൂക്ഷിച്ചുനോക്കി. ഏതോ ഇനത്തിൽപ്പെട്ട ഒരു ഭീകരനാഗമായിരുന്നു അത്.

എന്തുകൊണ്ടോ ഭയമൊന്നും തോന്നിയില്ല. കിടപ്പാടം വിഴുങ്ങാനെത്തിയ അഗ്നിയോളം വലുതല്ലല്ലോ അത്. അവർ ആശ്വസിച്ചു.

നാഗങ്ങൾ സത്യസന്ധരാണ് മനുഷ്യരേക്കാൾ! അങ്ങോട്ട് ഉപദ്രവിച്ചില്ലെങ്കിൽ ഇങ്ങോട്ടും ഉപദ്രവിക്കില്ല.

അവർ ഭീമസേനന്റെ കൈത്തണ്ടകളിലേക്ക് വീണ്ടും ചാഞ്ഞുകിടന്നു. അപ്പോഴേക്കും കാട്ടുകിളികൾ ചിലച്ചുതുടങ്ങിയിരുന്നു.

സൂര്യപ്രകാശം ഭയപ്പാടോടെ അറച്ചറച്ച്, മരച്ചില്ലകൾ വകഞ്ഞ് കടന്നുവരികയായിരുന്നു.

ഇനിയെത്രകാലമാണ് ഈ കൊടുംകാട്ടിൽ കഴിയേണ്ടിവരിക? അറിയില്ല. ഇടയ്ക്കിടെ നിർദേശങ്ങളുമായി വിദുരമഹാശയന്റെ ദൂതന്മാർ വരും. അത് മാത്രമാണൊരാശ്വാസം. വിഴുങ്ങാൻ വന്ന അഗ്നിയുടെ വായിൽനിന്ന് കഷ്ടിച്ച് രക്ഷപ്പെട്ടു. ഇനി ആരാണാവോ വന്നെത്തുക. ക്രൂരമൃഗങ്ങളോ കരിനാഗങ്ങളോ രാക്ഷസന്മാരോ കാട്ടാളന്മാരോ? ശത്രുക്കൾ ഏത് രൂപത്തിലും വന്നേക്കും. കുന്തിദേവി മക്കളെ വിളിച്ചുണർത്തി. പതിവുപോലെ നകുലനും സഹദേവനും കാട്ടരുവിയിൽ ചെന്ന് വലിയ ഇലക്കുമ്പിളുകളിൽ വെള്ളവുമായി വന്നു.

യുധിഷ്ഠിരൻ ഇപ്പോഴും രാജാവിന്റെ ഭാവത്തിൽത്തന്നെയിരിക്കുകയാണ്. ആളിപ്പടർന്ന തീയിൽനിന്ന് ജീവനുംകൊണ്ട് ഓടി രക്ഷപ്പെടുമ്പോഴും ചൂതുകരുക്കൾ വസ്ത്രത്തലപ്പിൽ കെട്ടിവെക്കാനയാൾ മറന്നിരുന്നില്ല.

ചൂതുകരുക്കൾ കയ്യിലെടുത്ത് വെറുതെ താലോലിച്ചുകൊണ്ടിരുന്ന യുധിഷ്ഠിരനോട് കുന്തിദേവിയ്ക്ക് അവജ്ഞയാണ് തോന്നിയത്. കുറച്ചകലെയായി കാട്ടുമരത്തിൽ പടർന്ന വള്ളികളിൽനിന്ന് അർജുനൻ പഴങ്ങൾ പറിച്ചെടുക്കുകയായിരുന്നു.

മരക്കമ്പുകളും ഈറ്റപ്പുല്ലും ചേർത്ത് ഭീമസേനൻ കുടിലുകൾ കെട്ടിതീർത്തിരിക്കുന്നു. അടുത്തടുത്ത മൂന്ന് കുടിലുകൾ!

കുന്തിക്കും നകുലസഹദേവന്മാർക്കും താമസിക്കാനുള്ള കുടിലാണ് വലിയത്. ഭീമസേനനും അർജുനനും യുധിഷ്ഠിരനും വേറെ വേറെ

കുടിലുകൾ ഉണ്ട്. ജേഷ്ഠനോടുള്ള ബഹുമാനം കൊണ്ടായിരിക്കണം യുധിഷ്ഠിരനായി പണിത കുടില് മനോഹരമായി അലങ്കരിച്ചിട്ടുണ്ട്. കാട്ടിലായാലും നാട്ടിലായാലും അയാൾ രാജാവാണല്ലൊ.

ഒരു ദിവസം കുന്തിദേവി മക്കളോടായി ഉപദേശരൂപത്തിൽ പറഞ്ഞു: "ഉൾവനത്തിലേക്ക് പോകണം. വേട്ടയാടാൻ മാനും കാട്ടാടും മുയലുകളുമുണ്ടാകും. മാത്രമല്ല കൗരവരുടെ ചതി ഏതുരൂപത്തിൽ എപ്പോഴാണ് വരികയെന്നറിയില്ല. നിങ്ങൾ കാടിന്റെ ഹൃദയം കണ്ടറിഞ്ഞു വെക്കണം."

കുന്തിക്ക് കാവലായി സഹദേവനെയിരുത്തി മറ്റു നാലുപേരും വനത്തിൽ വേട്ടക്ക് പോയിത്തുടങ്ങി. മാനും മുയലും കാട്ടാടും കൊണ്ടുവന്നു.

ചുട്ടെടുത്ത മാംസവും പച്ചവെള്ളവുമായി ദിവസങ്ങൾ കഴിച്ചുകൂട്ടി. ഒരു ദിവസം നകുലനാണ് മുളയരികൊണ്ടുവന്നത്. കൊട്ടാരവാസികൾ മുളയരിച്ചോറ് തിന്നാറില്ലെന്ന് കുന്തിദേവി പറഞ്ഞു. നകുലന് അതത്ര ഇഷ്ടപ്പെട്ടില്ലെന്ന മട്ടിൽ പറഞ്ഞു "ഇത് കൊട്ടാരമല്ലല്ലോ കൊടുംകാടല്ലെ. കാട്ടിലാകുമ്പോൾ കാടിന്റെ രീതി. അതാണ് നല്ലത്." കുന്തിദേവി ഒന്നും പറഞ്ഞില്ല.

മുളയരിച്ചോറും കാട്ടാടിന്റെ തുടയരിഞ്ഞ് ചുട്ടതും...സുഭിക്ഷം! അന്ന് രാത്രിയാണ് ഭീമസേനന്റെ മുഖത്തൊരു സംതൃപ്തി കണ്ടത്.

രാത്രി ഭക്ഷണം കഴിഞ്ഞ് എല്ലാവരും കിടക്കാനുള്ള ഒരുക്കമായി. അപ്പോൾ ഭീമസേനൻ നേരിയ ചിരിയോടെ പറഞ്ഞു: "ഇന്നലെ കൊണ്ടുവന്ന മുയലിനെ ഞാൻ പിടിച്ചതല്ല." ഒരു നിമിഷത്തെ നിശ്ശബ്ദതയ്ക്കു ശേഷം അയാൾ തുടർന്നു പറഞ്ഞു: "അത് ഒരു കാട്ടാളത്തി പിടിച്ചുതന്നതാണ്. കാടിന്റെ ഹൃദയം അവൾക്ക് മന:പാഠമാണ്. കാട്ടിൽ സഞ്ചരിക്കുമ്പോൾ അസ്ത്രത്തിന്റെ വേഗതയാണവൾക്ക്. മുള്ളും മുനമ്പും കാട്ടുവള്ളികളുമൊന്നും തടസ്സമാവില്ല. ഞാനോടിച്ച മുയലിന്റെ പിറകെ ശരംകണക്കെ ഓടിച്ചെന്ന് അതിനെ അവൾ പിടിച്ചു തന്നു."

യുധിഷ്ഠിരൻ പറഞ്ഞു: "സൂക്ഷിക്കണം അവളുടെ കൂട്ടത്തിൽ മറ്റാളുകൾ ഉണ്ടാകും. കാട്ടാളരാണ് ചതിക്കാനും ചിലപ്പോൾ കൊല്ലാനും മടിക്കില്ല. ഏതായാലും അതുവഴി ഇനി പോകരുത്."

കൈകൾ രണ്ടും വെറുതെ അന്തരീക്ഷത്തിൽ വീശിക്കൊണ്ട് ഭീമസേനൻ അയാൾക്കുള്ള കുടിലിലേക്ക് നടന്നു. യുധിഷ്ഠിരൻ വീണ്ടും വീണ്ടും കാട്ടാളരെക്കൊണ്ട് എന്തൊക്കെയോ പറഞ്ഞുകൊണ്ടിരുന്നു. ആരും അതൊന്നും ശ്രദ്ധിക്കുന്നില്ലെന്നു കണ്ടപ്പോൾ അയാളും ഉറങ്ങാൻ പോയി.

നകുലൻ കുന്തിയോട് ചോദിച്ചു, "അമ്മക്ക് കിടക്കാറായില്ലെ?"

വാതിലടച്ച് അകത്തുചെന്ന് മുളങ്കട്ടിലിൽ കയറിക്കിടന്നു. കുന്തിയുടെ മനസിലേക്ക് അരക്കിന്റെയും ഉരുക്ക് നെയ്യിന്റെയും മണം അടിച്ചുകയറി വന്നു. അന്ധകാരത്തിലേക്ക് തുറന്നുവെച്ച കണ്ണുകളുമായി അവർ കുറെ നേരം അങ്ങനെയിരുന്നു.

പതിവില്ലാതെ അന്ന് സഹദേവനും ജേഷ്ഠന്മാരുടെ കൂടെ വനത്തിലേക്ക് പോയിരുന്നു. നേരം ഇരുട്ടാറായിട്ടും മക്കളാരും വരാതിരുന്നപ്പോൾ കുന്തിയുടെ മനസ്സിൽ ആശങ്കകൾ തലപൊക്കാൻ തുടങ്ങി. "ചുറ്റുപാടും ചതിക്കുഴികളുണ്ട്. ഓരോ കാൽവെയ്പ്പും വളരെ സൂക്ഷിച്ചായിരിക്കണം" എന്ന് വിദുരമഹാശയൻ പറഞ്ഞത് കുന്തിക്ക് ഓർമവന്നു. മനസിലെവിടെയോ ഭയാശങ്കകളുടെ നൂൽനാഗങ്ങൾ ഇഴഞ്ഞ് അലോസരപ്പെടുത്തിക്കൊണ്ടിരുന്നു.

കുന്തിദേവി കുടിലിന്റെ തിണ്ണയിൽ ചെന്നിരുന്നു. മയങ്ങുന്ന സന്ധ്യയുടെ ഇരുണ്ടമുഖത്തേക്ക് തന്നെ നോക്കിയിരിക്കെ മുറ്റത്തിനപ്പുറം ഈട്ടിമരച്ചുവട്ടിൽ എന്തോ ഇളകുന്നതുപോലെ തോന്നിയപ്പോൾ അവർ സൂക്ഷിച്ചുനോക്കി. വീണ്ടും അനക്കം കണ്ടപ്പോൾ ക്ഷത്രിയ സ്ത്രീയുടെ വീര്യം തുടിക്കുന്ന ശബ്ദത്തിൽ കുന്തിദേവി ചോദിച്ചു! "ആരാണവിടെ?" ആരോ ആഴത്തിൽ ശ്വാസം കഴിക്കുന്നതുപോലെ തോന്നിയപ്പോൾ ഇടതുകയ്യിൽ ചേർത്തുപിടിച്ച ആയുധവുമായി എഴുന്നേറ്റുനിന്ന് കുന്തിദേവി വീണ്ടും ചോദിച്ചു. "ആരാണെന്നല്ലേ ചോദിച്ചത്?" ഇരുട്ടിൽനിന്ന് ഒരു സ്ത്രീരൂപം അറച്ചറച്ച് കുന്തിദേവിയുടെ മുന്നിലേക്ക് നടന്നുവന്നു.

കരിവീട്ടികാതലിന്റെ നിറം! ചുരുണ്ട തലമുടി...അരയിൽ ഇലകളും പുല്ലും ചേർത്ത് മെടഞ്ഞെടുത്ത വസ്ത്രം! കയ്യിലും കാലിലും ലോഹവളയങ്ങൾ. കുന്തിയുടെ മുമ്പിൽ തൊഴുതുനിന്ന സ്ത്രീയോട് കുന്തിദേവി ചോദിച്ചു, "ആരാണ് നീ? എന്തിനാണ് ഈ ഇരുട്ടിൽ പതുങ്ങിനിൽക്കുന്നത്?"

ഓടലെണ്ണയൊഴിച്ച് കത്തിച്ച വിളക്കിന്റെ നേരിയ വെളിച്ചത്തിൽ കണ്ണീരൊഴുക്കിനിന്ന കാട്ടാളത്തിയെ കുന്തിദേവി അടിമുടി വീക്ഷിച്ചു. അവർ വീണ്ടും ചോദിച്ചു, "പറയൂ എന്തിനാണ് നീ ഇവിടെ വന്നത്?" കാട്ടാളത്തി പറഞ്ഞു: "എനിക്കാരുമില്ല എന്നെ രക്ഷിക്കണം."

"നിന്നെ രക്ഷിക്കാൻ ഞാനാരാണ്?" കുന്തീദേവി ചോദിച്ചു. കാട്ടാളത്തി പറഞ്ഞു: "എനിക്ക് ആകെയുണ്ടായിരുന്നത് ഒരു സഹോദരനാണ്. അയാൾ ക്രൂരനായിരുന്നു. കാട് വിറപ്പിച്ച അതികായൻ. ഈ കാടിന്റെ രാജാവായിരുന്നു. എന്റെ ഏകബന്ധുവായിരുന്നു. അയാളെ ഒരാൾ കൊന്നുകളഞ്ഞു. കാടിന്റെ അവകാശത്തെച്ചൊല്ലി വെറുതെ ഒരു വാക്കുതർക്കം. എന്റെ സഹോദരനെ അയാൾ ആന കരിമ്പൊടിക്കുന്നതുപോലെ നട്ടെല്ലൊടിച്ച് കൊന്നു കളഞ്ഞു."

കുന്തി ചോദിച്ചു. "ഇത്രയും ബലവാനായ ആ കാട്ടാളനെ കൊന്നതാരാണ്?" കുന്തിയെ നോക്കി കണ്ണീരൊഴുക്കിക്കൊണ്ട് കാട്ടാളത്തി പറഞ്ഞു: "മകൻ!"

"എന്റെ മകനോ?" കുന്തിചോദിച്ചു. അതെയെന്നർഥത്തിൽ അവൾ തലയാട്ടി. ഞാൻ ഹിഡുംബന്റെ സഹോദരിയാണ്. എന്റെ പേര് ഹിഡുംബി എന്നാണ് എനിക്ക് അഭയം തരണം.

കുന്തി വിചാരിച്ചു. ആയിരിയ്ക്കും. ഇവളുടെ സഹോദരൻ ഹിഡുംബനെ കൊന്നത് മറ്റാരുമായിരിക്കില്ല. അത് ഭീമസേനൻ തന്നെ. അത്ര

യേറെ ബലവാനായ രാക്ഷസനെ വധിക്കാൻ ഭീമസേനനല്ലാതെ മറ്റാർക്കും കഴിയില്ല. തന്നോളം പോരുന്ന ഒരാളെ വധിക്കാൻ കിട്ടിയ സന്ദർഭം അവൻ ആഘോഷിച്ചിരിക്കണം. എന്നാലും ജന്മം നൽകിയവർഗത്തിലൊരുവനെത്തന്നെയാണല്ലോ അവൻ വധിച്ച് കളഞ്ഞത്."

ഹിഡുംബി പൊട്ടിക്കരഞ്ഞുകൊണ്ട് കുന്തിയുടെ കാൽക്കൽ വീണ് പറഞ്ഞു: "എന്നെ ഉപേക്ഷിക്കരുത് എനിക്കാരുമില്ല. കാട്ടിൽ ആരും തുണയില്ലാതെ തനിച്ചുകഴിയാൻ എനിക്ക് പേടിയാണ്."

ഹിഡുംബിയെ കുന്തി ആശ്വസിപ്പിച്ചു. മുറ്റത്തെ ദേവദാരു ചുവട്ടിൽ അവളെയിരുത്തി. പ്രതീക്ഷയോടെ അവൾ മരച്ചുവട്ടിൽ ഒതുങ്ങിയിരുന്നു. കുറച്ചുകഴിഞ്ഞപ്പോൾ കുന്തിയോട് അനുവാദം ചോദിച്ചശേഷം അവൾ ഈട്ടിമരച്ചുവട്ടിലേക്ക് ഓടിച്ചെന്ന് ഒരു ഇലക്കുമ്പിളിൽ ചുവന്നുതുടുത്ത കുറെ പഴങ്ങളുമായി തിരിച്ചുവന്നു. പഴങ്ങൾ കുന്തിയുടെ കാൽക്കൽ വെച്ച് മാറി നിന്നിട്ട് അവൾ പറഞ്ഞു "നല്ലതാണ്....നല്ലരുചിയുള്ളത്..കഴിക്കുമോ? കാട്ടാളത്തിയായ ഹിഡുംബി തരുന്നത് കഴിക്കാനിഷ്ടമില്ലെങ്കിൽ വേണ്ട. വിശക്കുമ്പോൾ എനിക്ക് കഴിക്കാൻ കരുതിവെച്ചതാണ്." അവളുടെ കണ്ണുകൾ നിറഞ്ഞൊഴുകുന്നുണ്ടായിരുന്നു. കണ്ണീർ സഹിക്കാനാവാതെ കുന്തി ചോദിച്ചു, "ഹിഡുംബീ...നിനക്കെന്നെ ഇഷ്ടമായോ?" ഹിഡുംബി പറഞ്ഞു: "ഞാൻ എന്റെ അമ്മയെ കണ്ടിട്ടില്ല. ഒരിക്കൽപ്പോലും ഇതാണോ എന്റെ അമ്മ എന്നെനിക്കും തോന്നിപോകുന്നു."

കുന്തിയോർത്തു: സ്നേഹം വാക്കുകളിൽ ഒതുങ്ങില്ലല്ലോ...സ്നേഹത്തിന് ഭാഷയില്ല..ലിപിയില്ല...ശബ്ദമില്ല.

കുന്തി ഹിഡുംബിയെ മാറോട് ചേർത്തുകൊണ്ടുപറഞ്ഞു: "നിനക്ക് ഞാനുണ്ട്." അവർ പഴങ്ങളിൽ രണ്ടെണ്ണമെടുത്ത് കഴിച്ചു. നല്ല രുചിയുള്ള പഴങ്ങൾ. ഇത്രയും രുചിയുള്ള പഴങ്ങൾ കൊട്ടാരവാസികൾക്ക് കിട്ടിയെന്ന് വരില്ല.

വസ്ത്രത്തലപ്പുകൊണ്ട് കണ്ണീർ തുടച്ചുകൊടുത്തശേഷം കുന്തിദേവി ഹിഡുംബിയെ അകത്തേക്ക് കൊണ്ടുപോയി. കുന്തി പറഞ്ഞു: "വരൂ! അകത്തേക്കു വരൂ ഞാൻ നിന്നെ എന്റെ പുത്രവധുവായി സ്വീകരിച്ചിരിക്കുന്നു. എന്റെ ആദ്യത്തെ പുത്രവധു."

ശത്രുവിനെ കണ്ട് ഭയന്ന പേടമാനിനെപ്പോലെ അവൾ കുടിലിനകത്ത് കൂനിക്കൂടിയിരുന്നു.

വഴിയിൽ കാൽപ്പെരുമാറ്റശബ്ദം കേട്ടപ്പോൾ കുന്തിദേവി കുടിലിന് പുറത്തേക്ക് വന്നു. ക്ഷീണിതനായ യുധിഷ്ഠിരൻ മുറ്റത്തെ മരത്തടിയിൽ കൈരണ്ടും പിറകിൽ കുത്തി ചാഞ്ഞിരുന്നു. ഭീമസേനന്റെ തോളിൽ കിടന്ന കാട്ടാടിനെ അയാൾ മുറ്റത്ത് കിടത്തി. അവന്റെ മാറത്തുകൂടി മുറിവേറ്റ മൃഗത്തിന്റെ രക്തം ഒഴുകുന്നുണ്ടായിരുന്നു. ഭീമസേനൻ ഇടംകൈകൊണ്ട് ചോരതുടച്ചുകൊണ്ട് മുറ്റത്തുതന്നെ നിന്നു. അകത്തേക്കു

കടന്ന നകുലൻ ഇരുട്ടിലിരിക്കുന്ന ഹിഡുംബിയെ കണ്ട് ഭയന്നെന്ന് തോന്നുന്നു. അവൻ ഉറക്കെ ചോദിച്ചു, "ഹേ കാട്ടാളത്തീ നീയെങ്ങനെ ഇതിനകത്ത് വന്നു? നീ ആരുടെ ചാരനാണ്?" "നകുലന്റെ ശബ്ദം കേട്ട് അർജുനനും യുധിഷ്ഠിരനും സഹദേവനും അകത്തേക്ക് ഓടിവന്നു. പേടിച്ചരണ്ട ഒരു മുയൽക്കുഞ്ഞിനെപ്പോലെ ഇരുട്ടിൽ പതുങ്ങിയിരിക്കുന്ന ഹിഡുംബിക്ക് നേരെ ഗദയുമായി പാഞ്ഞടുക്കുന്ന നകുലനെ തടഞ്ഞു കൊണ്ട് കുന്തിദേവി പറഞ്ഞു: "നകുലാ! അരുത്..അവൾ ശത്രുവോ ചാരനോ അല്ല. അഭയം തേടിവന്നവളാണ്...അവളെ അകത്തിരുത്തിയത് ഞാനാണ്."

എല്ലാവരും നടുങ്ങിനിന്നപ്പോൾ കുന്തി വീണ്ടും പറഞ്ഞു: "നിങ്ങളും ഞാനും ഉപേക്ഷിക്കപ്പെട്ടവരാണ്. ഈ കൊടുംകാട്ടിൽ അഭയാർഥികളായി എത്തിയവരാണ്. അഭയം നഷ്ടപ്പെട്ട ഒരു പെണ്ണ്, ബ്രാഹ്മണ സ്ത്രീയോ ക്ഷത്രിയ സ്ത്രീയോ കാട്ടാളത്തിയോ ആരുമാകട്ടെ അവളെ ഉപേക്ഷിക്കാൻ എനിക്കാവില്ല."

യുധിഷ്ഠിരന്റെ അവജ്ഞനിറഞ്ഞ മുഖം കുന്തിദേവി ശ്രദ്ധിക്കുന്നുണ്ടായിരുന്നു. യുധിഷ്ഠിരൻ പതുക്കെ പറഞ്ഞു: "മായാജാലമറിയുന്ന കാട്ടാളത്തിയോടും ദയ! അമ്മയ്ക്ക് മനോനിലതെറ്റിയെന്ന് തോന്നുന്നു."

കുന്തി പറഞ്ഞു: "യുധിഷ്ഠിരാ വാക്കുകൾ പ്രയോഗിക്കുന്നത് സൂക്ഷിച്ച് വേണം." ഹിഡുംബിയെ ഒരിക്കൽകൂടി സൂക്ഷിച്ചുനോക്കിയ ശേഷം യുധിഷ്ഠിരൻ കുടിലന് പുറത്തിറങ്ങി നിന്നു. അയാൾ എന്തൊക്കെയോ പിറുപിറുത്തുകൊണ്ടിരിക്കെ കുന്തിദേവി ഭീമസേനനെ വിളിച്ചു. ഭീമസേനൻ അപ്പോഴും ശരീരത്തിൽ പറ്റിയ ചോരതുടച്ചുകൊണ്ടിരിക്കുകയായിരുന്നു. കുന്തിദേവി പറഞ്ഞു: "ഭീമസേനാ ഈ പെൺകുട്ടിയെ അനാഥയാക്കിയത് നീയാണ്. ഇവളുടെ ഏകബന്ധുവിനെ അതായത് ഏകസഹോദരനെ വധിച്ചത് നീയാണ്. ഇനി ഇവളെ രക്ഷിക്കേണ്ടത് നീ തന്നെയാണ്." കുന്തി ഹിഡുംബിയെ വിളിച്ച് അടുത്തു നിർത്തി. അവൾ ഭയപ്പാടോടെ എല്ലാവരെയും നോക്കിക്കൊണ്ടിരുന്നു. കുന്തി പറഞ്ഞു: "പാണ്ഡവരിൽ മൂത്തത് യുധിഷ്ഠിരനാണെന്ന് എനിക്കറിയാം.. മറ്റാരെക്കാളും എനിക്കാണല്ലോ അതറിയുന്നത്. മുറപ്രകാരം ആദ്യം വിവാഹം കഴിക്കേണ്ടതും യുധിഷ്ഠിരനാണ്. അതിലും സംശയമൊന്നുമില്ല. പക്ഷേ ഇവിടെ ഞാൻ മുറതെറ്റിക്കുകയാണ്. ഇന്നു മുതൽ ഇവൾ ഭീമസേനന്റെ ഭാര്യയാണ്." കുന്തി ഹിഡുംബിയുടെ കൈപിടിച്ച് ഭീമസേനന്റെ കൈകളിൽ ഏൽപ്പിച്ചു. ആരും ഒന്നും പറയാതെ കുന്തിയെത്തന്നെ മിഴിച്ചു നോക്കി. ഭീമസേനനും ഹിഡുംബിയും കുന്തിയുടെ കാലുകൾ തൊട്ടു വന്ദിച്ചു. കുന്തി പറഞ്ഞു: "രണ്ടുപേരും ജേഷ്ഠനെ നമസ്ക്കരിക്കൂ." ഭീമനും ഹിഡുംബിയും യുധിഷ്ഠിരന്റെ അടുക്കലേക്ക് ചെന്നപ്പോൾ അയാൾ ഒഴിഞ്ഞുമാറി കുടിലിന്റെ വരാന്തയിലേക്ക് പോയി.

രാത്രി ഭക്ഷണത്തിനായി വേട്ടമൃഗത്തിനെ തൊലിയുരിക്കാനും വെട്ടിനുറുക്കാനും ഹിഡുംബിയോടും ചേർന്നുകൊള്ളാൻ പറഞ്ഞശേഷം

കുന്തിദേവി അകത്തെ മുളങ്കട്ടിലിൽ ചെന്നിരുന്ന് ദീർഘനിശ്വാസമയച്ചു. “ചേരേണ്ടത് ചേർന്നു.” അവർ പതുക്കെ പറഞ്ഞു.

രാത്രിയിൽ മഴയുണ്ടായിരുന്നു. അന്തരീക്ഷത്തിന് ഇപ്പോഴും മുഖ പ്രസാദം വന്നിട്ടില്ല. അകലെയെവിടെയോ നോക്കിയിരുന്ന യുധിഷ്ഠിര നോട് കുന്തി പറഞ്ഞു: “യുധിഷ്ഠിരാ...ഒന്നും ചെയ്യാതെയുള്ള നിന്റെ ഈ ഇരിപ്പ് നല്ലതല്ല. അനുജന്മാർ വേട്ടയ്ക്ക് പോകുമ്പോൾ കൂടെ നീയും പോകണം. കാട്ടിൽ നിന്ന് പലതും പഠിക്കാനുണ്ട്.”

യുധിഷ്ഠിരന്റെ മുഖം ദേഷ്യംകൊണ്ട് ചുവന്നു. ജേഷ്ഠനായ യുധി ഷ്ഠിരനിരിക്കെ അനുജനായ ഭീമസേനനെക്കൊണ്ട് വിവാഹം കഴിപ്പിച്ച താണ് അവന്റെ ദേഷ്യത്തിന് കാരണമെന്ന് കുന്തിക്ക് മനസിലായി.

കുന്തി വീണ്ടും ചോദിച്ചു, “യുധിഷ്ഠിരാ നീയെന്താണ് ഒന്നും പറ യാതിരിക്കുന്നത്?” കുന്തിയുടെ നേർക്ക് നോക്കുകപോലും ചെയ്യാതെ യുധിഷ്ഠിരൻ പറഞ്ഞു:

“രാജാവിന് കാടറിയുന്നതെന്തിനാണ് നാടറിഞ്ഞാൽ പോരെ?” കുന്തിപറഞ്ഞു:

“നീ രാജാവാണെന്ന കാര്യം ഉറപ്പിച്ചുകഴിഞ്ഞു. കാട് നിനക്ക് പറ്റി യതല്ലെന്നും പറഞ്ഞു, എങ്കിൽ കാട്ടാളത്തിയും നിനക്ക്ചേർന്നതല്ല.” അവന്റെ ഉള്ളിലെ കള്ളത്തരങ്ങൾ കണ്ടുപിടിക്കപ്പെട്ടതുപോലെ യുധി ഷ്ഠിരനു തോന്നി. ഒന്നും മിണ്ടാതെ അവൻ എഴുന്നേറ്റു നടന്നു.

അരുവിയിൽ ചെന്ന് വെള്ളം ശേഖരിക്കുന്നതിനായി തോൽക്കുട ങ്ങളെടുക്കാൻ അകത്തേക്ക് ചെന്ന സഹദേവൻ വെറുംകയ്യോടെ തിരിച്ചു വന്നു. അത്ഭുതം നിറഞ്ഞ കണ്ണുകളോടെ സഹദേവൻ പറഞ്ഞു: “അമ്മേ ഇരുപത്തിനാല് തോൽക്കുടങ്ങളിലും ശുദ്ധജലം നിറച്ചിട്ടിട്ടുണ്ട്. ആരാ യിരിക്കും അങ്ങനെ ചെയ്തത്?”

കുന്തിദേവിക്ക് ചിരിവന്നു. സന്തോഷത്തിന്റെ ചിരി. അവർ പറഞ്ഞു “അത് ഹിഡുംബിയല്ലാതെ മറ്റാരുമായിരിക്കില്ല. കൂട്ടിവെച്ച പഴങ്ങളും കിഴങ്ങുകളും അവൾതന്നെ ശേഖരിച്ചതായിരിക്കണം.”

സഹദേവൻ ഏതോ കാട്ടുകിഴങ്ങ് തിന്നുകൊണ്ട് കുന്തിയുടെ കൈത്തണ്ടയിൽ പിടിച്ച് പുറത്തേക്കും ചൂണ്ടിക്കാണിച്ചു. അപരിചിത നായ ഒരാൾ നടന്നു വരുന്നുണ്ടായിരുന്നു. അത് വിദുരമഹാശയനയച്ച ഒരു ദൂതനായിരുന്നു. ആചാരപ്രകാരം നമസ്ക്കരിച്ചതിനുശേഷം അവൻ പറഞ്ഞു: “ഭക്ഷണത്തിനുള്ള സാധനങ്ങളും കുറച്ച് ആയുധങ്ങളും ഞാൻ കൊണ്ടുവന്നിട്ടുണ്ട്. നദിക്കരയിൽ സൂക്ഷിച്ചിരിക്കുകയാണ്. കാട്ടു ജാതിക്കാരുടെ കൈവശം കൊടുത്തയയ്ക്കാം.” അവൻ വീണ്ടും കുന്തിയെ നമസ്കരിച്ച് തിരിച്ചുപോകാൻ തുടങ്ങിയപ്പോൾ തടഞ്ഞു കൊണ്ട് കുന്തീദേവി പറഞ്ഞു:

“എന്തെങ്കിലും കഴിച്ചിട്ട് പോകാം.” അവർ അകത്ത് ചെന്ന് കുറെ പഴങ്ങളെടുത്ത് വന്ന ദൂതന് കൊടുത്തിട്ട് പറഞ്ഞു: “ശീലങ്ങൾ മാറ്റാൻ പറ്റില്ല. വലിയസമ്മാനങ്ങൾ ഒന്നും തരാനില്ല. ഇത് രാജധാനിയല്ലല്ലോ.

പഴങ്ങൾ കഴിച്ചോളൂ ക്ഷീണം മാറും." പഴങ്ങൾ തിന്നുകൊണ്ട് അയാൾ ദേവദാരുവൃക്ഷത്തിൽ ചാരിനിന്നു. ദൂതൻ പറഞ്ഞു: "ഹസ്തിനപുരിയിൽ രാജകുമാരന്മാർ ആഘോഷത്തിലായിരുന്നു. പാണ്ഡവരും മാതാവും മരിച്ചുപോയെന്ന് പുരവാസികളെ അറിയിച്ചത് ശകുനിയാണ്. അംഗരാജൻ കർണ്ണൻ മാത്രമാണ് ആഘോഷങ്ങളിലൊന്നും പങ്കെടുക്കാതെ മാറി നിൽക്കുന്നത്."

കുന്തി നിറമിഴികളോടെ ദൂതനെത്തന്നെ നോക്കിനിന്നു. അവരുടെ മനസിൽ കർണ്ണന്റെ രൂപം തെളിഞ്ഞു. അവർ മനസിൽ പറഞ്ഞു കർണ്ണൻ! എന്റെ മൂത്തമകനാണ് ഞാൻ മരിച്ചെന്ന് വിശ്വസിക്കാൻ അവന് കഴിയില്ല.

ദൂതൻ തിരിച്ചുപോയിട്ടും കുന്തിദേവി ഏറെനേരം മരത്തണലിൽ ത്തന്നെ നിന്നു. അവരുടെ മനസിൽ നിറയെ കർണ്ണനെക്കുറിച്ചുള്ള ഓർമ കളായിരുന്നു.

മഴയും മഴയ്ക്കിടയിൽ പെട്ടെന്നുവന്ന കൊടുംവെയിലും, കുന്തി യുടെ ആരോഗ്യത്തെ നശിപ്പിച്ചു. ചുമയും ജ്വരബാധയുംവന്ന് അവർ കിടപ്പിലായി. സന്ധികളിൽ അസഹ്യമായ വേദന. എഴുന്നേൽക്കാനും നടക്കാനും പറ്റിയില്ല.

വാർധക്യമോ രോഗമോ കാരണം കിടപ്പിലാവുമ്പോഴാണ് പെൺകുട്ടികളില്ലാത്ത അമ്മമാർക്ക് അതിന്റെ നഷ്ടം മനസിലാവുക. ഒന്നും ആരെയും അറിയിക്കാതെ കഴിച്ചുകൂട്ടാൻ ഒരു ശ്രമം നടത്തി. പക്ഷേ കഴിഞ്ഞില്ല. വിറകെടുക്കാൻ പ്ലാശിമരച്ചുവട്ടിലേക്ക് പോയ കുന്തി തല കറങ്ങിവീണു. കുന്തിയുടെ തലയെടുത്ത് മടിയിൽവെച്ച് സഹദേവൻ ഉറക്കെ കരയാൻ തുടങ്ങി.

മുഖത്ത് ശുദ്ധജലം തളിക്കാൻ തുടങ്ങിയ ഭീമസേനനെ തടഞ്ഞു കൊണ്ട് ഹിഡുംബി പറഞ്ഞു: "അരുത് ശുദ്ധജലം തളിക്കരുത് സന്നി പാതം വരും" ഭീമസേനൻ അവളെത്തന്നെ നോക്കി നിന്നു. ഹിഡുംബി പറഞ്ഞു: "നിൽക്കൂ ഞാനിപ്പോൾ വരാം." അവൾ പൊന്തക്കാടുകൾ വകഞ്ഞ് ഉൾക്കാട്ടിലേക്ക് ഊളിയിട്ടു. ഏതോ അജ്ഞാതദേവന്റെ വില്ലിൽനിന്ന് പുറപ്പെട്ട അസ്ത്രം കണക്കെ നിമിഷങ്ങൾക്കകം അവൾ തിരിച്ചുവന്നു. ഉള്ളം കയ്യിലിട്ട് ഏതോ പച്ചിലകൾ അമർത്തിപ്പിഴിഞ്ഞു കൊണ്ടാണവൾ വന്നത്. പാണ്ഡവർ നോക്കി നിൽക്കെ പച്ചിലച്ചാറ് കുന്തി യുടെ നാസാരന്ധ്രങ്ങളിലേക്ക് പകർന്നശേഷം രണ്ട് തുള്ളി നാക്കിൽ പുരട്ടി. കയ്യിലവശേഷിച്ചത് കുന്തിയുടെ നെറ്റിയിൽ തേച്ച് തടവിക്കൊണ്ടിരുന്നു.

മൂക്കിലേക്കൊഴിച്ച പച്ചിലച്ചാറിൽച്ചെന്ന് പൊട്ടിത്തെറിച്ച്. കയങ്ങളിൽനിന്ന് മുകൾപ്പരപ്പിലേക്ക് എടുത്തെറിയപ്പെട്ടതുപോലെ, കുന്തിദേവി ബോധത്തിലേക്ക് ഉയർന്നുവന്നു. അവൾക്ക് മാത്രമറിയാവുന്ന മറ്റേതോ ഇലയിട്ട് തിളപ്പിച്ച വെള്ളവുമായി ഹിഡുംബി വന്നു. അത് കഴിച്ചപ്പോൾ എല്ലാ ക്ഷീണവും വിട്ടകന്നു....

ദിവസങ്ങൾ പോയ്ക്കൊണ്ടിരുന്നു. വാരമേത്? മാസമേത്? കാട്ടിൽ ഒന്നുമറിയില്ല. പ്രകാശം വന്നാൽ പകൽ!

ഇരുളുമ്പോൾ രാത്രി!

കിഴങ്ങുകളും വിറകും വെള്ളവും ശേഖരിക്കാൻ ഹിഡുംബിതന്നെ പോയി. എല്ലാ ജോലികളും അവൾതന്നെ ചെയ്തുതീർത്തു. മഹാറാണിയായ കുന്തി ഒരു പുത്രവധുവിൽനിന്ന് അനുഭവിക്കേണ്ട സ്നേഹവും ശുശ്രൂഷയും ഈ കാട്ടാളത്തിയിൽനിന്ന് അനുഭവിക്കുകയാണ്. സ്നേഹത്തിന് എന്ത് ദേവൻ, എന്ത് കാട്ടാളൻ!

ചാഞ്ഞ വെയിലിന്റെ ഇളംചൂടിൽ അറിയാതെ കണ്ണടഞ്ഞുപോകുമ്പോഴും കുന്തി ഓർത്തു, “എന്റെ തീരുമാനം പിഴച്ചില്ല, ഭീമന് വധുവായി ഹിഡുംബിയെ കിട്ടിയത് ഒരു കണക്കിൽ എന്റെ ഭാഗ്യം.”

കുന്തിദേവി ഹിഡുംബിയെ വിളിച്ചു. ചിരിച്ചുകൊണ്ട് മുമ്പിൽ വന്നു നിന്ന ഹിഡുംബിയോട് എന്തെന്നില്ലാത്ത സ്നേഹത്തോടെ കുന്തി പറഞ്ഞു: “മകളെ നീയെന്റെ അടുത്തിരിക്ക്.” ഹിഡുംബി കുന്തിദേവിയുടെ പാദങ്ങൾക്കരികിലിരുന്നു. കുന്തി തുടർന്നുപറഞ്ഞു: “മകളേ എനിക്ക് നിന്നോട് സഹദേവനോടെന്നപോലെ സ്നേഹമാണ്. നിഷ്കളങ്കമായ സ്നേഹമാണ് നിന്റെ ധനം. അതാണ് നിന്റെ ആഭരണവും. ഭീമസേനൻ ഒരു പാവമാണ്. ഉള്ള് ശുദ്ധൻ? ധീരനായ ഒരു സന്താനത്തിന് നീ ജന്മം നൽകണം. അവൻ നിനക്കും ചിലപ്പോൾ പാണ്ഡവർക്ക് തന്നെയും രക്ഷകനായിരിക്കും.” ഹിഡുംബിയുടെ കണ്ണുകൾ നിറഞ്ഞു. സ്നേഹത്തിന്റെ കണ്ണുനീർ. അവൾ കുന്തിദേവിയുടെ പാദങ്ങൾ തഴുകിക്കൊണ്ട് അവരുടെ മുഖത്തേക്ക് തന്നെ നോക്കിയിരുന്നു.

നേരം സന്ധ്യയായി. വേട്ടക്കുപോയ മക്കളെല്ലാം തിരിച്ചുവന്നു. രാത്രി ഭക്ഷണം തയ്യാറാക്കുന്ന തെരക്കിലാണ് ഹിഡുംബി. തമാശകൾ പറഞ്ഞും പൊട്ടിച്ചിരിച്ചും സഹദേവൻ ഹിഡുംബിയുടെ അടുത്തു തന്നെയുണ്ട്. സഹദേവനിപ്പോൾ അമ്മയെക്കാളിഷ്ടം ജ്യേഷ്ഠത്തി അമ്മയോടാണെന്ന് തോന്നിപ്പോകും. സഹദേവന് കൊടുക്കാനായി പ്രത്യേകം ചില പഴങ്ങൾ ശേഖരിച്ചുകൊണ്ടുവരുന്ന ഹിഡുംബിയെ നോക്കി കുന്തിദേവി മനംനിറയെ സന്തോഷിക്കാറുണ്ട്.

തീക്കുണ്ഡത്തിനരികിലിരിക്കുന്ന ഹിഡുംബിയെയും ഭീമസേനനെയും കുറെസമയം കുന്തിദേവി നോക്കിയിരുന്നു. മഴപ്പാറ്റകൾ പോലെ പൊടുന്നനെ പൊടിച്ചുയർന്നു ചിന്തകൾ! കുന്തി ഓർത്തു ഭർതൃമതിയായി ഹസ്തിനപുരിയിലെത്തിയ തനിക്കുണ്ടായ അനുഭവം പുത്രവധുവിനും ഉണ്ടായിക്കൂടാ. ഒരു ഭാര്യക്കും ഭർത്താവിൽനിന്ന് ലഭിക്കേണ്ടതായ ഒന്നും ലഭിക്കാതെ ഗർഭപാത്രം ഒരു പിച്ചച്ചട്ടിയാക്കേണ്ടി വന്ന ഒരനുഭവം ഹിഡുംബിക്ക് ഉണ്ടാവരുത്.

കുന്തിക്ക് അസുഖം വന്നതിനുശേഷം ഹിഡുംബി ഭീമസേനന്റെ കൂടെ വനത്തിൽ പോയിരുന്നില്ല. ജ്വലിക്കുന്ന അഗ്നിക്ക് അഭിമുഖമായി

രിക്കുന്ന ഭീമസേനന്റെ ശരീരത്തിൽ നിറഞ്ഞൊഴുകുന്ന വിയർപ്പിന്റെ ഗന്ധം കാറ്റിൽ പടർന്നിരുന്നു...കാട്ടാളഗന്ധം!

കുന്തി ഭീമസേനന്റെ പിറകിൽ ചെന്ന് വിളിച്ചു: “ഭീമസേനാ!” എരിത്തീയിൽ നിന്നെടുത്ത, കാട്ടാടിന്റെ തുടയിറച്ചിയിൽ നിന്ന് ഒരു തുണ്ടെടുത്ത് ഊതിത്തണിപ്പിക്കുന്നതിനിടയിൽ കുന്തിയെ തിരിഞ്ഞു നോക്കിയ ഭീമസേനനോട് കുന്തി പറഞ്ഞു: “ഭീമസേനാ! എനിക്കിപ്പോൾ രോഗങ്ങളൊന്നുമില്ല. എന്നെ ശുശ്രൂഷിക്കാനായി പകൽ സമയം ഹിഡുംബി എന്റെടുത്ത് ഇരിക്കേണ്ട ആവശ്യമൊന്നുമില്ല. നാളെമുതൽ വനത്തിൽ വേട്ടക്ക് പോകുമ്പോൾ അവളെയും കൊണ്ടുപോകണം. കാടും കാട്ടുമൃഗങ്ങളും പച്ചമരുന്നുകളും അറിയുന്നത് അവൾക്കാണ്. നീയും അതൊക്കെ അറിഞ്ഞിരിക്കണം. കാട്ടാളത്തിക്ക് ചോരതിളയ്ക്കാൻ കാടിന്റെ നിഴലും ഗന്ധവും വേണം. അതിന് പകലെന്നോ രാത്രിയെന്നോ ഇല്ല.”

കുന്തിദേവി പറഞ്ഞതിന്റെ പൊരുൾ മനസിലാക്കിയ ഭീമസേനൻ ഒരുതുണ്ടംകൂടി ഇറച്ചിയെടുത്ത് വായിലേക്കെറിഞ്ഞ് കുറുമുറാ ചവക്കാൻ തുടങ്ങി.

കുന്തിയുടെ അടുത്തേക്ക് നടന്നുവന്ന യുധിഷ്ഠിരൻ പറഞ്ഞു “അമ്മേ എനിക്കിത് സഹിക്കാനാവുന്നില്ല.” കുന്തി ചോദിച്ചു.

“എന്താണ് യുധിഷ്ഠിരാ നിനക്ക് സഹിക്കാൻ കഴിയാത്തത്?”

“കാട്ടാളത്തിയുടെ രൂക്ഷഗന്ധം..എന്നിൽ വമനേഛയുള്ളവാക്കുന്നു.” അതുപറയുമ്പോൾ യുധിഷ്ഠിരന്റെ കോപം അതികഠിനമായിരുന്നു...കുന്തിക്ക് ചിരിവന്നു. അടിച്ചമർത്തുന്ന കാമം ചിലപ്പോൾ കോപമായും അറപ്പായും പുറത്തുവരും. തോൽക്കുടവുമായി ജലം ശേഖരിക്കാൻ പോകുന്ന ഹിഡുംബിയുടെ മാറും പൃഷ്ഠവും ഇടം കണ്ണാലെ നോക്കിയിരുന്ന് ഞെരിപിരിക്കൊള്ളുന്ന യുധിഷ്ഠിരനെ പലപ്പോഴും കണ്ടിട്ടുള്ള കുന്തിക്കു യുധിഷ്ഠിരനോട് പുഛം തോന്നിയിരുന്നു.

നേരം പുലരുമ്പോൾത്തന്നെ ഭീമനും ഹിഡുംബിയും വനത്തിലേക്ക് പോയി. മുയലുകളെ ഓടിപ്പിടിച്ചും മാനിനെ കാട്ടുവള്ളികൾകൊണ്ട് കുരുക്കിട്ട് പിടിച്ചും ഉൾവനത്തിൽ ചുറ്റിക്കറങ്ങിയും പച്ചമരുന്നുകൾ പേര് പറഞ്ഞ് പഠിപ്പിച്ചും ഹിഡുംബി ഭീമസേനനെ കാടിന്റെ രുചി ഭേദങ്ങൾ അറിയിച്ചു.

കാട്ടിൽ നേരിയ കാറ്റടിച്ചപ്പോൾ കാട്ടുപൂക്കളുടെ സുഗന്ധം...ഉന്മാദഗന്ധം! കാട്ട് തേൻകുടിച്ച ലഹരിയിൽ കാലിടറിയ ഭീമസേനന്റെ സിരകളിൽ കാമം പുഷ്പിച്ചു. ഹിഡുംബിയുടെ വിയർപ്പിന്റെയും കാട്ടുപൂക്കളുടെയും സമ്മിശ്രഗന്ധം അയാളുടെ സിരകളെ ത്രസിപ്പിച്ചു. നേരിയ കാറ്റിൽ കാട്ടുവള്ളികൾ പരസ്പരം പിണഞ്ഞു. വിയർപ്പിന്റെ ഉപ്പും കാട്ടുതേനിന്റെ മധുരവും. ഹിഡുംബി ഭൂമിയിലേക്കു മലർന്നപ്പോൾ കാട്ടുചില്ലകൾ ഒടിഞ്ഞു.

നേരം വൈകിവന്ന ഭീമസേനന്റെ കയ്യിൽ ഒരു കാട്ടുമുയലും ഹിഡുംബിയുടെ കയ്യിൽ വളരെ കുറച്ച് പഴങ്ങളും മാത്രമേ ഉണ്ടായിരുന്നുള്ളൂ.

കുന്തിദേവി ഹിഡുംബിയുടെ മുഖത്തേക്ക് നോക്കിയപ്പോൾ അവൾ ഭൂമിയിലേക്ക് കണ്ണ് നട്ടു.... കുന്തി പറഞ്ഞു: "തോൽക്കുടങ്ങളിൽ വേണ്ടത്ര ജലമുണ്ട്... ശരീരം ശുദ്ധിയാക്കി വരൂ."

ദിവസങ്ങളും ആഴ്ചകളും കടന്നുപോയി. ഹിഡുംബിയുടെ കണ്ണുകളിലെ ക്ഷീണവും നടത്തയുടെ വേഗക്കുറവും കുന്തിദേവി ശ്രദ്ധിക്കാതിരുന്നില്ല. വനത്തിൽ പോകാതെ കുടിലിനകത്തുതന്നെ കഴിഞ്ഞ ചില ദിവസങ്ങളിൽ തൂണുംചാരിയിരുന്ന് ഉറക്കംതൂങ്ങുന്നത് കണ്ട കുന്തിദേവി പറഞ്ഞു: "പകലുറക്കം നിനക്ക് നല്ലതല്ല." കേൾക്കേണ്ട താമസം അവൾ ഞെട്ടിയെഴുന്നേറ്റ് ചില്ലറ ജോലികൾ ചെയ്യാൻ പോയി.

കാട്ടരുവിയിലേക്ക് ഇറങ്ങിപ്പോയ യുധിഷ്ഠിരൻ പെട്ടെന്ന് തന്നെ തിരിച്ചുവന്നു. അവന്റെ മുഖത്ത് എന്തെന്നില്ലാത്ത ഒരു സന്തോഷമുണ്ടായിരുന്നു. അവന്റെ മുഖഭാവവും ചേഷ്ഠകളും കണ്ടപ്പോൾ കുന്തിദേവിക്ക് ഉൽക്കണ്ഠയാണുണ്ടായത്.

അടുത്തേക്ക് ചെന്ന് യുധിഷ്ഠിരൻ പറഞ്ഞു: "എല്ലാവരും ഒരുങ്ങിക്കോളൂ...നമ്മൾ നാളെത്തന്നെ ഏകചക്രയിലേക്ക് പുറപ്പെടുന്നു. അവിടെ നമുക്ക് സുഖമായിരിക്കും. ഏകചക്ര ബ്രാഹ്മണർ താമസിക്കുന്ന സ്ഥലമാണ്. കുളിയും ജപവും പ്രാർഥനയും വേണമെങ്കിൽ ഓരോ പൂണൂലും പവിത്രവും ധരിക്കാം."

കാട്ടിലെ ദുരിതപൂർണമായ ജീവിതം മടുത്ത യുധിഷ്ഠിരന്റെ പ്രലപനങ്ങൾ മാത്രമായിട്ടേ കുന്തിക്ക് അതൊക്കെ തോന്നിയുള്ളൂ. ഒടുവിലാണയാൾ പറഞ്ഞത് വിദുരമഹാശയനയച്ച ദൂതൻ വന്നു പറഞ്ഞതാണത്രെ ഇക്കാര്യം.

നേരം ശരിക്കും പുലർന്നിട്ടില്ല. കുന്തിയും മക്കളും പുറപ്പെട്ടു. കൂടെ കൊണ്ടുപോകാൻ ചെറിയ ഭാണ്ഡങ്ങൾ മാത്രമേ ഉണ്ടായിരുന്നുള്ളൂ. ഹിഡുംബിയും യാത്രയ്ക്കൊരുങ്ങി കുന്തിയുടെ അടുത്തേക്കുവന്നു. കുന്തി ഭീമസേനനെ അടുത്തേക്ക് വിളിച്ചു പറഞ്ഞു: "ഭീമസേനാ! നമ്മൾ ഏകചക്രയിലേക്കാണ് പോകുന്നത്. അവിടം ബ്രാഹ്മണർ താമസിക്കുന്ന സ്ഥലമാണ്. പ്രകൃതം കൊണ്ടും പെരുമാറ്റം കൊണ്ടും....പിന്നെ പിറന്ന കുലത്തിന്റെ കാര്യംകൊണ്ടും ഹിഡുംബിക്ക് വരാൻ പറ്റിയ സ്ഥലമല്ലത്." ഭീമസേനന്റെ കണ്ണുകൾ സജലങ്ങളാകുന്നത് കുന്തി കണ്ടു. ഭീമൻ കുന്തിയുടെ മുഖത്ത് നോക്കാതെ പറഞ്ഞു:

"ഹിഡുംബി ഗർഭിണിയാണ്...നിരാലംബയായ അവളെ ഞാനെങ്ങനെ കാട്ടിലുപേക്ഷിക്കും? കുന്തിപുത്രനായ ഞാൻ അയോധ്യാപതിയെ അനുകരിക്കണമോ?"

ഭീമന്റെ ചോദ്യത്തിനുമുമ്പിൽ കുന്തിദേവിക്കും ഉത്തരം മുട്ടി. പിറകിൽ ഒരു തേങ്ങൽകേട്ടാണ് കുന്തി തിരിഞ്ഞുനോക്കിയത്. ഹിഡുംബി കുന്തിയുടെ കാൽക്കൽ വീണ് കരയാൻ തുടങ്ങി.

കുന്തി അവളെ പിടിച്ചെഴുന്നേൽപ്പിച്ച് ശരീരത്തോടുചേർത്തു നിർത്തിപ്പറഞ്ഞു: "മകളേ ഉന്നതകുലജാതരെ പ്രണയിക്കുന്ന കീഴ്ജാ

തിസ്ത്രീകളുടെ ഗതി ഇതാണ്. അവർക്ക് സ്ത്രീകൾ കളിപ്പാട്ടങ്ങളാണ്.....തൽക്കാലത്തെ ആവശ്യങ്ങൾ നിറവേറ്റുക! അതാണവരുടെ ആവശ്യം.....കൂടുതലൊന്നും പറയാൻ ഞാനാളല്ല. നീ ഞങ്ങളുടെ കൂടെ വരാൻ പാടില്ല."

ഹിഡുംബിയുടെ കണ്ണുകൾ നിറഞ്ഞൊഴുകാൻ തുടങ്ങി. നെഞ്ചിനകത്ത് അടിച്ചുയർന്ന കൊടുങ്കാറ്റിനെ പുറത്തുവിടാതെ അവൾ ഒതുക്കിയമർത്താൻ തുടങ്ങി. കുന്തി ഹിഡുംബിയുടെ നെറുകയിൽ കൈവച്ചനുഗ്രഹിച്ചു. കവിളിലെ കണ്ണീർ തുടച്ച് അവളെ ചുംബിച്ചു. അവളുടെ ചുടുനിശ്വാസം കുന്തിയെ വേവിച്ചുകളഞ്ഞു. കരച്ചിലടക്കാൻ കഴിയാതെ അവർ മുഖംതിരിച്ച് നടന്നു. കുന്തി മനസ്സിലോർത്തു. കാട്ടാളത്തിയാണെങ്കിലും അവളുടെ സ്നേഹത്തെ എങ്ങനെ തള്ളിക്കളയും.

എല്ലാവരും നടന്നിട്ടും ഹിഡുംബിയെ പുണർന്നുകൊണ്ട് ഭീമസേനൻ അവിടെത്തന്നെ നിന്നു. "അമ്മേ ജേഷ്ഠത്തി നമ്മുടെ കൂടെ വന്നോട്ടെ എനിക്കവരെ പിരിയാനാവില്ല." കരഞ്ഞുകൊണ്ട് സഹദേവൻ പറഞ്ഞു.

ക്രൂരമായി തിരിഞ്ഞുനോക്കിക്കൊണ്ട് യുധിഷ്ഠിരൻ പറഞ്ഞു: "മതി വിസ്തരിച്ചത്. കാട്ടാളത്തിയുടെ സ്നേഹവും വാത്സല്യവും...ആ ശല്യം ഒഴിവായത് നന്നായി." കുന്തിക്ക് ദേഷ്യം വന്നു. കരഞ്ഞുകലങ്ങിയ കണ്ണുകളുമായി പിറകിലെത്തിയ ഭീമനെക്കൂടി കണ്ടപ്പോൾ അവർക്ക് നില തെറ്റി. കുന്തി പറഞ്ഞു: "യുധിഷ്ഠിരാ നീ മനസിൽ കൊണ്ടുനടക്കുന്ന രാജകീയതയാണ് നിന്നെകൊണ്ടിത് പറയിച്ചത്. കാട്ടാളത്തിയുടെ സ്നേഹവും നിഷ്കളങ്കതയും നിനക്ക് മനസിലാവില്ല."